የሥራ አመራር ጥበብ

እና

ተያያዥ ጉዳዮች

የግል ሕይወትዎን፣ ንግድዎን፣ ቢዝነስዎን እና አገርዎን

ለማሳደግ የሚረዱ ተግባራዊ ትምህርቶች

ታደሰ ብሩ ኬርሰሞ

ታደሰ ብሩ ኬርስሞ
የሥራ አመራር ጥበብ እና ተያያዥ ጉዳዮች

Tadesse Biru Kersmo

"YeSira Amerar Tibeb Ena Teyayazh Gudayoch"

London United Kingdom - 2014

ነጻነት አሳታሚ ድርጅት

Published by Netsanet Publishing Agency

www.npabooks.com

የሽፋን ዲዛይን፣ ነጻነት አሳታሚ ድርጅት

ነጻነት አሳታሚ ድርጅት
Netsanet Publishing Agency

ይህን ትንሽ መጽሐፍ ለወላጆቼ አቶ ብሩ ኬርስሞ እና ወ/ሮ ጽጌ ወ/ሚካኤል በመላው ቤተሰባችን ስም መታሰቢያ ይሁንልኝ።

አባቴ፤ ለችግሮች ሁሉ መፍትሔ ይሆናል በሚል ጽኑ እምነት ሙሉ እድሜህንና ጉልበትህን ለትምህርት መስፋፋት ሰጥተህ አልፈሃል። ገና በልጅነቴ እውቀትን እንድሻ ወትዉተኸኛል። ለማያልቁ ጥያቄዎቼ "ምላሹን ራስህ ፈልገህ ለኔም ንገረኝ" እያልክ የምርምርን መንፈስ በውስጤ ለማስረጽ ጥረሃል። አባቴና እናቴ ተጋግዛችሁ፤ ተፍጨርጭራችሁ ሁላችንንም አሳድጋችኋል፤ እናመሰግናለን።

ምስጋና

ከዚህ መጽሐፍ ውስጥ የተካተቱት ጽሁፎች አብዛኛዎቹ ከዚህ በፊት በተለያዩ መንገዶች ለንባብ ቀርበዋል። ብዙዎችንም በኢትዮጵያ ሳተላይት ቴሌቪዥን በሚቀርበው የትምህርት ብልጭታ ፕሮግራም ላይ አቅርቤአቸዋለሁ። እናም በየደረጃው የብዙ ሰዎች ጥረት ታክሎባቸዋል። በዚህም ምክንያት ይህ መጽሐፍ የብዙ ሰዎች የሥራ ውጤት ነው። ሀሳቦቻቸውን የተዋስኳቸውን ተመራማሪዎችን ጨምሮ በዚህ ሥራ ላይ ተሳትፎ ላደረጋችሁ ሁሉ ምስጋና አቀርባለሁ።

በረቂቁ ላይ አስተያየት ለሰጡኝ ዶ/ር አዚዝ መሐመድ፣ ዶ/ር አሰግድ ሀብተወልድ እና አቶ ነአምን ዘለቀን እንዲሁም የመጽሐፉን የሽፋን ዲዛይን ላዘጋጀው ጓደኛዬ ግሩም ይልማ እና መጽሐፉን ለህትመት ላበቃው ነፃነት አሳታሚ ድርጅት ልባዊ ምስጋናዬን አቀርባለሁ።

ከፍ ያለ ምስጋና ለባለቤቴ ወ/ሮ ሸዋዬ ኪሮስ፤ የእርሷ ድጋፍና የቅርብ ክትትል ባይኖር ኖሮ ጽሁፉ ማለቅ ባልቻለም ነበር።

ማውጫ

መግቢያ

ይህች አነስተኛ መጽሐፍ በአራት ክፍሎች የተመደቡ አሥራ ዘጠኝ ምዕራፎችን ይዛለች። ክፍሎቹም የግል ብቃት ማዳበርን፣ አመራርን፣ ለውጥንና ድርጅትን ይመለከታሉ።

በአስራ ዘጠኙም ምዕራፎች የተመለከተቱት ጉዳዮች በአንድ ወይም በሌላ መንገድ በዩኒቨርስቲና ኮሌጆች ውስጥ ከሚሰጡ የማኔጅመንትና የአመራር ኮርሶች ጋር የተገናኙ ናቸው።

ስለሆነም እነዚህ የግሰሰብ ብቃትን ለማዳበር፤ የድርጅቶችን ውጤታማነት ለማጎልበት፤ ትርፋማ ቢዝነስን ለመምራት፤ አዎንታዊ ማኅበራዊ ለውጥን ተግባራዊ ለማድረግ በአጠቃላይ ለግልና ማኅበራዊ እድገት ያግዛሉ የሚባሉ የምርምር ግኝቶች በአማርኛ ቋንቋ ተጽፈው መቅረባቸው የአገራችንን ተማሪዎችና መምህራንን ያበረታታል የሚል እምነት አለኝ። ከዚህም በተጨማሪ በኢትዮጵያ ፓለቲካ ላይ ለውጥ ለማምጣት እየጣሩ ያሉ ፓለቲከኞችና የሲቪክ ማኅበራት መሪዎች ከዚህ መጽሐፍ እገዛ ያገኛሉ ብዬ ተስፋ አደርጋለሁ።

በቢዝነስ ሥራ ላይ የተሠማሩ ሰዎችም ከዚህ መጽሐፍ ግንባር ተጠቃሚዎች ይመደባሉ። ዘመናዊ ቢዝነስ ዘመናዊ አመራር ይሻል። ዘመናዊ ቢዝነስ ዘወትር በለውጥ ሂደትውስጥ መገኘት ይኖርበታል። የቢዝነስ ሰዎቻችን በዚህ መጽሐፍ ይጠቀማሉ ብዬ ተስፋ አደርጋለሁ።

ታደሰ ብሩ
ጥር 2006

ክፍል አንድ፡ ግለሰብ

አንድ ሰው ለአገሩ፣ ለወገኑ፣ ለድርጅቱ ወይም ለእምነቱ ከመቆሙ በፊት ራሱን በሙያዎች፣ በእውቀትና በባህሪ ማጎልበት አለበት። ለሰው ከራሱ የተሻለ መምህር የለውም። ሰው ራሱን በራሱ ማስተማርና ማብቃት የሚችል ፍጡር ነው።

በዚህ ክፍል ውስጥ የግል ብቃትን ማጎልበት ላይ ያተኮሩ አራት ምዕራፎች ቀርበዋል። በራስ መተማመንን እንዴት ማጎልበት እንደሚቻል፤ ስለውጤታማ የውሳኔ አሰጣጥ፤ ስለጊዜ አጠቃቀም እና ስህተቶችን እንዴት ወደ ስኬት መለወጥ እንደሚቻል ለውይይት እና ለበለጠ ጥናት መነሻ የሚሆኑ አስተያየቶች ቀርበዋል።

በእያንዳንዱ ምዕራፍ መጨረሻ ለተጨማሪ ንባብ የሚሆኑ የመጽሐፍት ዝርዝር ቀርቧል። በምዕራፍ አራት ላይ "ወደፊት መውደቅ" በሚል ርዕስ ላይ የቀረበው በአብዛኛው በጆን ማክስዌል Failing Forward: Turning mistakes into stepping stones for Success ላይ የተመሠረተ ነው።

በዚህ ክፍል ውስጥ የቀረቡት አራት ምዕራፎች የግዴታ በቀረበው ቅደም ተከተል መነበብ የለባቸውም። አንባቢ አንዱን ከሌላው አስቀድሞ ቢያነብ የሚጎድለበት የለም።

ምዕራፍ አንድ:

በራስ መተማመንን ማጎልበት

1. መግቢያ

በተከታታይ በሀገራችን የመጡ ገዢዎች በስነ ልቦና ረገድ ያደረሱብንን ጉዳት ምን ያህል ከፍተኛ እንደሆነ የምናውቀው ከጊዜ ወደ ጊዜ የማሰብም ሆነ የመተግበር አቅማችን ምን ያህል እየተዳከመ መምጣቱን ስንመለከት ነው። ይህ እጅግ አሳሳቢ ጉዳይ መሆኑ ብዙዎች የሚገነዘቡት ጉዳይ ስለሆነ ስለችግሩ ከመናገር ይልቅ በቀጥታ ወደ መፍትሔዎቹ መሸጋገር ይሻላል።

ይህ ምዕራፍ የተዘጋጀው እኛ እራሳችን፤ በራሳችን ላይ ያለንን በራስ መተማመን እንዴት ማጎልበት እንችላለን በሚሉ ሀሳቦች ዙርያ የውይይትና የልምምድ ሀሳቦችን ለማቅረብ ነው።

ይህ ጽሁፍ በራስ መተማመንን በሚመለከት የሚያተኩረው ከግለሰብ አንፃር (inndividual self-confidence) ነው።

2. በራስ መተማመን የሚያስገኛቸው ጥቅሞች

በራስ መተማመን በግልም ሆነ በማኅበራዊ ሕይወታችን ውስጥ የምናስመዘግበውን የስኬት መጠን ይወስናል። በራስ መተማመን ከሕይወት የምናገኘውን የደስታ መጠን ይወስናል።

ከዚህ በተጨማሪ በራስ መተማመን

- አዳዲስ ነገሮችንና አዳዲስ መንገዶችን እንድንፈትሽ ብርታት ይሰጠናል፣
- መኖራቸውን እንኳን የማናውቃቸውን የተፈጥሮ ስጦታዎቻችንን ለማግኘት ይረዳናል፣ ።
- መልካም አጋጣሚዎችን በሚገባ ለመጠቀም ያስችለናል፣
- ከሰዎች ጋር ተግባቢ ያደርገናል፣
- ስለራሳችን ያለን ግምት ከፍ እንዲል ያደርጋል፣
- ያለንን እምቅ ኃይል ተጠቅመን ዓላማዎቻችንን ለማሳካት ያስችለናል፣ እንዲሁም
- የሌሎችን ሰዎች ሕይወት ወደ መልካም አቅጣጫ ለመቀየር ይረዳናል።

በራስ መተማመን በውስጣችን ያለው ትልቁ ሀብታችን ነው። በራስ መተማመንን ማጣት ትልቅ ጉዳት የሚሆነው ያለን ትልቅ ሀብታችን እሱ ስለሆነ ነው። በራስ የመተማመንን እጦትን በሀብት ወይም በጉልበት መሸፈን ያስቸግራል።

በራስ መተማመን የጎደላቸው ሰዎች፡-

- ሲቀናቸው ጨቋኞች፤ ካልቀናቸው ደግሞ ተጨቋኞች ሆነው ይኖራሉ፤
- ሕይወታቸው ፍርሃትና መሸማቀቅ የሞላበት ነው፤
- በሥራ ዝቅተኛ ውጤት ያስመዘግባሉ፤
- አዳዲስ ነገሮችን መሞከር አይችሉም፤

- ጉድለታቸውን ለመሸፈን ግልፍተኛ፣ ተናዳጅ፣ ተሳዳቢዎች፣ … ሲከፋም ወንጀለኞች ይሆናሉ።

3. በራስ መተማመንን በተመለከተ የተሳሳቱ አስተሳሰቦች

3.1. "በራስ መተማመን ካለ ሁሉም ነገር በእጅህ ነው!" የሚለው አነጋገር የተጋነነና አሳሳችም ነው። እርግጥ ነው በራስ መተማመን ቁልፍ ነገር ነው፤ ነገር ግን የሙያ ብቃት አስፈላጊነትን መርሳት አይገባም። በብቃት ያልተደገፈ በራስ መተማመን ጉራ ነው። በራስ መተማመን የጎደለው ብቃት ደግሞ በሥራ ላይ ሊውል ያልቻለ (የባከነ) ሀብት ነው። ማዳበር ያለብን በብቃት የተደገፈ በራስ መተማመንን ነው።

ስዕል 1: በራስ መተማመ እና ብቃት

ራሳችን ማግኘት የምንፈልገው በሳጥን IV ውስጥ መሆን ይኖርበታል። ይህ ጽሁፍ የተዘጋጀውም በዚህ እሳቤ ላይ ተመስርቶ ነው።

3.2. በራስ መተማመን በዘር ይወረሳል የሚለው ሀሳብ ትክክል አይደለም። "ጀግንነትን በዘር የወረስነው ነው" የሚለው አባባል በርካታ ህፀፆች አሉበት። እርግጥ ነው ጀግንነት ከቤተሰብ ይለመዳል፤ በዘር የሚተላለፍ ነገር ግን አይደለም። ስለሆነም ሁላችንም ጀግኖች የመሆን እድል አለን።

3.3. ትህትና የፍርሃት ውጤት አድርጎ መውሰድ የተሳሳተ ነው። ትሁት መሆን ደካማነት፤ ወይም ሌሎች እንዲረማመዱብን መፍቀድ ማለት አይደለም። እንዲያውም ለሌሎች ሰዎች ትሁት መሆን ለገዛ ራስ ክብር መስጠት ማለትም ጭምር ነው። ትሁት ሰው በራሱ የሚተማመን ነው። ቢሳሳትም ይቅርታ የመጠየቅ ድፍረት አለው። ትሁት ሰው ትዕቢተኛ አይደለም።

3.4. በራስ መተማመን በራሳችን ላይ ያለንን ጥርጣሬ ሙሉ ያጠፋል ብሎ ማሰብ የተሳሳተ ነው። ከልኩ ያለፈ ራስን መጠራጠር መጥፎ በመሆኑ ልናጠፋው የሚገባ ነገር ነው። ሆኖም ግን “እኔ የምለው ሁሌም ትክክል ነው” ብሎ ማመን ደግሞ ትዕቢት ነው። “እኔ የምለው ልክ ላይሆን ይችላል” ብሎ መጠነኛ ጥርጣሬ መያዝ ጠቀሜታው የጎላ ነው። ጥርጣሬ ክፉ የሚሆነው አቅመ ቢስ እና እስረኛው ሲያደርገን ነው። መጠነኛ ጥርጣሬ ለምርምር በር ይከፍታል፤ ሌሎች ሰዎችን ለማዳመጥ ያመቻቻል።

4. በራስ መተማመንን ለማዳበር ምን ማድረግ ይቻላል?

በራስ መተማመንን ለመገንባት አራት ነገሮች ቁልፍ ናቸው። ዝግጁነት፣ አስተሳሰብን መቀየር፣ እይታን ማጉላት፣ እና መተግበር

4.1. መርህ አንድ፣ ዝግጁነት

“በርግጥ በራስ መተማመንን ማዳበር እፈልጋለሁ?” መጠየቅ ተገቢ ነው። ይህ ጥያቄ የሞኝ ቢመስልም መሠረታዊ ጥያቄ ነው። ፍርሃትን የምንለማመደው ራሳችን ከአደጋ ለመከላከል ወይም ራሳችንን ከተጠያቂነት ለማሸሽ ስንሞክር ነው። በራስ መተማመንን ማዳበር ማለት ራስን ለአደጋ ማጋለጥ ማለት ሊሆን ይችላል። በራስ መተማመንን ማዳበር ማለት የበለጠ ኃላፊነት መውሰድ ማለት ነው። ለዚህ ዝግጁ ነኝን? ብሎ መጠየቅ ተገቢ ነው።

በራስ የመተማመን መጠናችንን ለማዳበር ስንዘጋጅ ራሳችንን በሚከተሉት መንገዶች መመርመር ተገቢ ነው።

1. ለራስ በሚሰጥ ዋጋ (Self-Worth). እኔ ማነኝ? ምንድነኝ? የማን ነኝ? እኔ በራሴ ምን ያህል ደስተኛ ነኝ? እስካሁን ምን አደረግሁ? ምን አስገኘሁ? ማንን ጠቀምኩ፤ ማንን ጎዳሁ?

2. ብቃት (Competence). ምን ላይ ነው የኔ ችሎታ? ሙያዬ ነው የምለው ነገር ምንድነው? ምንድነው "አሳምሬ አውቀዋለሁ" የምለው ነገር? ያንንስ ምን ያህል አውቀዋለሁ? የሙያ ብቃቴ በሙያ አጋሮቼ ዓይን እምን ደረጃ ላይ ይገኛል? በራሴ መመዘኛስ እምን ደረጃ ላይ ነው ያለሁት? ሙያዬን በየጊዜው እያሻሻልኩ ነው?
3. ተቀባይነት (Belonging). በሌሎች ሰዎች ዘንድ ምን ያህል ተቀባይነትና ከበሬታ አለኝ? እኔ ስናገር ሰዎች ያዳምጣሉ? ለምንድነው የሚያዳምጡት? ለምንድነው የማያዳምጡት?

በራሳችን ላይ ያለንን የመተማመን መጠን ለማዳበር በምናደርገው ጥረት የሌሎች ተሳትፎ ዋጋ ቢኖረውም ወሳኙ ሰው እኛው ራሳችን ማለትም እያንዳንዳችን ነን። ለእኔ ወሳኙ ሰው እኔ ስሆን ለእርስዎ ደግሞ ወሳኙ ሰው እርስዎ ራስዎ ነዎት። ይህ ማለት ደግሞ እያንዳንዳችን ላገኘነው ውጤት ሙሉ ኃላፊነትን መውሰድ ማለት ነው።

በራስ መተማመንን ለማዳበር የመጀመሪያው እርምጃ ዝግጁነት ነው። ይህ ዝግጁነት ደግሞ ኃላፊነትን በመውሰድ ይገለፃል።

- ለድፍረት ማጣትዎ
- ሌሎች ለእርሶ በሚኖራቸው አቀራረብ
- ለገዛ ራስዎ አስተሳሰብ፣ ቃላትና ተግባር
- ላልተሳኩ እቅዶችና ሕልሞች
- ላልተጠቀሙባቸው እድሎች
- ወዘተ

ሰበብ አይፈልጉ፤ ሌሎችንም አይወቀሱ። ራስዎ ኃላፊነትን ይውሰዱ። ለየራሳችን ድክመት እኛው ራሳችን ኃላፊነት ስንወስድ በራስ የመተማመንን የመጀመሪያውን እርከን ረገጥን ማለት ነው።

“ፍርሃትን ፍራው፤ እየፈራህም ቢሆን ተጋፈጠው!” ይባላል።

4.2. መርህ ሁለት፡ አስተሳሰብን መቀየር

አስተሳሰብዎን ሳይለውጡ በራስ የመተማመንዎን መጠን ማሳደግ አይቻልም። ስለራስዎ፣ ስለአካባቢዎና በዙርያዎ ስላሉ ሰዎች ያለዎት አስተሳሰብ በራስ የመተማመንዎን መጠን ይወስናል።

ስለራስዎ ሲያስቡ አሉታዊ አስተሳሰቦች በአዕምሮዎ ውስጥ የሚጉላሉ ከሆነ በቅድሚያ መዋጋት የሚኖርብዎ እነዚህን አስተሳሰቦችን ነው።

- ነገሮች ሁሉ እኔ ጋ ሲደርሱ ይጣመማሉ
- የኔ ጊዜ አለፈ
- እኔ ምንም ነገር አይሳካልኝም
- ተፈጥሮዬ ይህ ነው፤ አይቀየርም
- ዝንጉ ነኝ፤ መርሳት ልማዴ ነው
- ብናገርም የሚሰማኝ የለም

እነዚህና የመሳሰሉ አስተሳሰቦች በእርስዎ የራስ መተማመን ላይ የዘመቱ የጠላት ሠራዊት አባላት ናቸው። እነዚህን መመከት ብቻ ሳይሆን ማጥፋት የመጀመሪያ

ሥራዎ ነው። ከዚያ ቀጥሎ ደግሞ አዕምሮዎን ብርታትን በሚሰጡ አስተሳሰቦች መሙላት ይኖርብዎታል።

በራሱ እንደሚተማመን ሰው ማሰብ ብርቱ ሥራን ይጠይቃል። በራሱ እንደሚተማመን ሰው እያሰቡ ከሆነ ሳያውቁት ያለፍርሃት መናገርና በድፍረት መፈፀም ይጀምራሉ። ይህንን ለመልመድ የሚከተሉት አራት እርከኖች ያገለግላሉ ተብሎ ይታመናል።

1. ማስተዋል
2. አሉታዊ አስተሳሰቦችን ማስወገድ
3. አሉታዊ አስተሳሰቦችን በአዎንታዊ አስተሳሰቦች መተካት
4. አዎንታዊነት እስኪዋሃድ ልምምድ ማድረግ

4.3. ማስተዋል

ማስተዋልን መለማመድ ማለት አእምሮዎ እያሰበ ስላለው ጉዳይ ማወቅ ማለት ነው። አዕምሮዓችን ስለምን እያሰበ እንደሆን የማናውቅበት ጊዜ ብዙ ነው። ሲከፋ ደግሞ የምናስበውን ብቻ ሳይሆን የምናደረገውንም ላናውቅ እንችላለን። "በንዴት ራሴን መቆጣጠር አቃተኝ" እንደምንለው ማለት ነው። በራስ መተማመንን ለማዳበር አስተሳሰብንና ስሜትን መቆጣጠር ይገባል። ስለ ራስዎ ስሜት ከእርስዎ በላይ ሌላ ሰው ሊያውቅ አይገባም። ይህ እውን እንዲሆን ውስጥዎን ማዳመጥ ይልመድብዎ። ስለራስዎ በሚያስተውሉበት ወቅት ረጋ ያሉና ነገሮችን በተሻለ ጥልቀት የመመልከት ችሎታ ይኖርዎታል። ማስተዋል በራስ መተማመንን የመፍጠሪያ አቢይ እርከን ነው።

4.4. አሉታዊ አስተሳሰቦችን ማስወገድ

ራሳችንን ባስተዋልን መጠን እውስጣችን ብዙ “ሰዎችን” እናገኛለን።

በውስጣችን ካሉት ብዙ "ሰዎች" አንዱ ተነጫናጭ፣ ተቺ፣ ተረበኛና አልቃሻ ነው። ይህ “ሰው” ምንም ነገር አይጥመውም። የገዛ ራሱንም ሌሎች ሰዎችንም ሲረግም ይኖራል። ይህ እውስጣችን የተደበቀው ተነጫናጭ፣ ተቺ፣ ተረበኛና አልቃሻ ሰው ነው እኛን ፈሪ የሚያደርገን። ይህንን “ሰው” “ዝጋ” ማለት ተገቢ ነው።

“ሰውየው” የኖረበት የራሱ የሆነ ጥሩ የተፈጥሮ ምክንያት አለው በሚል መሸንገያ አያግንኑት። ይኸንን አሉታዊውን “ሰው” አፍ ማዘጊያ ቃላት ይኑርዎት። እነዚህ ቃላት “ዝጋ” “አቁም” “ጥፋ ከዚህ” ሊሆን ይችላል። ካስፈለገም ጮህ ብለው ይናገሯቸው።

4.5. አሉታዊ አስተሳሰቦችን በአዎንታዊ አስተሳሰቦች መተካት

አሉታዊውን ሰው አፉን ሲያዘጉት ደፋሩ ሰው ብቅ ይልሎታል። እርሱን ያናግሩት፤ ከእርሱ ጋር ይነጋገሩ።

አዎንታዊው ሰው

- እንዴ ደህና ነኝ እኮ!!!
- ከድሮው ጋር ሲነፃፀር በርካታ መሻሻሎችን አምጥቻለሁ
- ድክመቶች ቢኖሩብኝም፤ ከስህተቶቼ እየተማርኩ ነው
- ሁኔታዎችን ለመለወጥ ተጨባጭ እርምጃዎችን እየወሰድኩ ነው

- ችግር ቢመጣም እወጣዋለሁ
  እንዲል ያበረታቱት ።

አዕምሮዎ በማበረታቻዎች ይሞላ። የተለያዩ ማበረታቻዎች ይኑርዎ!! የተለመደውን “ይቻላል!” መጠቀም ይችላሉ። ሌሎች በርካታ ምርጫዎች አሉ። “እኔ” ብለው የሚጀምሩ አጫጭር ዓረፍተ ነገሮች ይበልጥ ብርታትን ይሰጣሉ። ለምሳሌ

- እኔ ራሴን በራሴ የማስተዳድር ሰው ነኝ
- እኔ የራሴ አለቃ ነኝ
- እኔ የነፃነት ታጋይ ነኝ
- እኔ የፍትህ ጠበቃ ነኝ
- ችግርን ተጋፍጦ ማሸነፍ ያረካኛል
- ብርቱ ሰው ነኝ
- እኔ ራሴን አከብራለሁ
- ሰዎች ይሰሙኛል

መርህ ሦስት፡ ማየት

በዓይነ ህሊናዎ የማበረታቻ ዓረፍተ ነገሮችዎ የሚሉትን ሁነው ይመልከቱ። “የነፃነት ታጋይ ነኝ” ሲሉ የነፃነት ታጋዩ በራስዎ ውስጥ ይመልከቱ። የነፃነት ታጋይ ምን ይመስላል? ምን ያነባል? እንዴት ይናገራል? የፍትህ ጠበቃስ? ብርቱ ሰው እንዴት ያለ ነው? ሲራመድ እንዴት ነው? በሰዎች ተሰሚነት ያለው ሰው እንዴት ነው የሚናገረው? ሁሉንም በዝርዝር በራስዎ ውስጥ ይመልከቱት።

አዎንታዊ አስተሳሰብ እስኪዋሃደን ልምምዱን መደጋገም እጅግ አስፈላጊ ነው።

4.6. መርህ አራት: መተግበር

ከላይ በዓይለ ህሊናዎ ያዩትን በተግባር ይፈጽሙ። መተግበር ከመተወን ይጀመራል። ራሰን ማታልል ቢመስልም እነኳን ደፋር እንደሆኑ አድርገው ይተውኑ።

አባቶቻችንና እናቶቻችን ወደ ዘመቻ ሲሄዱ ጎፈር ለብሰው "አንበሳ" መስለው እየሸለሉ የሚሄዱት ለምንድነው? የሚፎክሩትና የሚሸልሉት ጀግነትን ለመተውን ነው። መተወንና መሆን የተለያዩ ነገሮች መሆናቸውን አጥተውት አይደለም። መተወንና መሆን የተለያዩ ነገሮች ቢሆኑም የሚደጋገፉ ናቸው። አብዛኛዎችን ክህሎቶች የምንማረው በመተወን ነው። በኋላም ደፋርነትን በተወኑ መጠን ድፍረትን እልብዎ ውስጥ ያሰርፃሉ። ሌሎች ሰዎችም በእርግጥም ደፋር እንደሆኑ አድርገው ይወስድዎታል። ይህ ደግሞ ተጨማሪ ኅይል ይሆንዎታል።

ጀግንነት የፍርሃት አለመኖር አይደለም። ጀግንነት እየፈሩም ቢሆን ማድረግ መቻል ነው። እየፈሩም ቢሆን ለማድረግ ደግሞ መተወን ያስፈልጋል። ፍርሃትን ያሸነፉ ሰው እንደሆኑ አድርገው ሲተውኑ በርግጥም ህሊናዊ ይበረታታል። እናም ፍርሃትን ያሸንፋሉ።

5. ማጠቃለያ

በራስ መተማመንን ለማዳበር የሚጠፋው ጊዜና ጉልበት በራስዎ ላይ የሚደርጉት ትልቅ ኢንቬትመንት አድርገው ይቁጠሩት። ግለታሪክዎ ፣

አስተዳደግዎ ወይም ደግሞ አሁን ያልዎት በራስ የመማመን መጠን የፈለገው ቢሆን በራስ የመተማመን መጠንዎን ማዳበርና ማጎልበት ይችላሉ። በራስ መተማመንን ለማዳበር መቸም ቢሆን ረፍዷል አይባልም።

በራስዎ ላይ ላይ ያልዎትን የመተማመን መጠን ለማጎልበት አራት ነገሮችን ያድርጉ: (1) ቁርጠኛ ውሳኔ ሰጥተው ለልምምድ ዝግጁ ይሁኑ፤ (2) አስተሳሰብዎን ይቀይሩ፤ ቅስም ሰባሪ ሀሳቦችን አስወግደው አዕምሮዎን በአበረታች ሀሳቦች ይሙሉት፤ (3) ደፋር ሁነው እራስዎን በዓይነ ህሊና ይመልከቱ፤ (4) በዓይነ ህሊና የተመለከቱትን በመተወን ወደ ተግባር ይቀይሩት።

ለተጨማሪ መረጃዎች

David Lawrence Preston. (2001). 365 steps to Self-Confidence: A programme for personal transformation in just a few minutes a day. How to Books Ltd,

Paul McGee. (2010). Self-Confidence: The Remarkable Truth of Why a Small Change Can Make a Big Difference. Paul McGee,

Susan Jeffers. (2006). Feel the Fear and Do It Do It Anyway. Random House Publishing Group

Maslow A. H. (1987). Motivation and Personality (3rd Ed.). New York: Harper & Row.

ምዕራፍ ሁለት

ውጤታማ የውሳኔ አሰጣጥ

1. መግቢያ

የአንድ ውሳኔ ትልቅነት ወይም ትንሽነት ውሳኔው በሚሰጥበት ጊዜ ግልጽ ላይሆን ይችላል። ትንሽ የሚመስለን ውሳኔ ትልቅ ስኬት አሊያም ትልቅ መዘዝ ሊያመጣ ይችላል። ስለሆነም በእጃችን ያለው ጉዳይ ትንሽ ነገር ነው ብለን ሳንንቅ ተገቢ ውሳኔ በተገቢው ወቅት መስጠት እና ውሳኔያችንንም ተግባራዊ ማድረግ እንድንችል ራሳችንን በውሳኔ አሰጣጥ ክህሎት ማበልጸግ ይገባናል።

አንድን ውሳኔ "ውጤታማ" (effective) ከሚያሰኙ በርካታ ነገሮች መካከል (ሀ) የውሳኔው ጥራት (በኋላም ውጤት) እና (ለ) ቅቡልነት - የውሳኔው ተቀባይነት – ግንባር ቀደም ተጠቃሾች ናቸው።

ይህ ጽሁፍ የውሳኔ አሰጣጥ ክህሎታችንን ለማጎልበት (ማለትም ጥራት እና ሰፊ ተቀባይነት ያለው ውሳኔ ለመስጠት እንድንችል) ለሚደረግ ውይይት የመነሻ ሀሳቦችን ለመስጠት ታስቦ የተዘጋጀ ነው።

ስዕል 1: የውሳኔ አማራጮች

2. የውጤታማ ውሳኔ ሰጭዎች አስር ባህሪያት

ውጤታማ የሆኑ ውሳኔዎችን በመስጠት ዝናን ያተረፉ ታላላቅ መሪዎች የሚከተሉት አስር ባህሪያትን ይጋራሉ ተብሎ ይታመናል።

2.1. **እውቀት**:

ውጤታማ ውሳኔ ሰጭዎች ለጥሩ ውሳኔ አስፈላጊ ከሆኑ ግብዓቶች ዋነኛው እውቀት መሆኑን ይረዳሉ። ስለሆነም በአንድ ጉዳይ ላይ ውሳኔ ከመስጠታቸው በፊት ስለጉዳዩ ይበልጥ ለማወቅ ጥረት ያደርጋሉ። የነገሮችን ምክንያት ይመረምራሉ፤ የውሳኔዎቻቸውን የአጭር ጊዜና የረዥም ጊዜ ውጤቶችን አስቀድሞ ለማየት ይጥራሉ። በተቻለ መጠን ግብታዊ ውሳኔ ከመስጠት ይቆጠባሉ።

2.2. **ተነሳሽነት:**

ውጤታማ ውሳኔ ሰጭዎች ለውሳኔዎቻቸው የግል ኃላፊነት ወስደው ይንቀሳቀሳሉ፤ ሂደቱን እስከ መጨረሻው ይከታተላሉም። ውሳኔ ለመስጠት መወትወት አያስፈልጋቸውም፤ ወይም ደግሞ ሁኔታዎች ገፍተው መጥተው እስኪጨናነቁ ድረስ አይጠብቁም።

2.3. **ምክር ፈላጊነት:**

ውጤታማ ውሳኔ ሰጭዎች የሌሎች ሰዎችን ምክር ከልብ ያዳምጣሉ። የመጨረሻ ውሳኔ የመስጠት ኃላፊነት የራሳቸው በሆነ ጊዜ እንኳን የተለየ ሀሳብ ለመስማት ዝግጁ ናቸው።

2.4. **መረጃ ፈላጊነት:**

ውጤታማ ውሳኔ ሰጭዎች በተቻለ መጠን ውሳኔዎቻቸው በመረጃ ላይ የተመሠረተ ለማድረግ ይጥራሉ። መረጃዎቻቸውን በሀቅ ላይ የተመሠረቱ መሆናቸው ለማረጋገጥ ይጥራሉ።

2.5. **ሁሉን ዓቀፍነት:**

ውጤታማ ውሳኔ ሰጭዎች ውሳኔ ከመስጠታቸው በፊት ያሉትን አማራጮች በሙሉ ዘርዝረው አንድ በአንድ ይመረምራሉ። ብዙ አማራጭ ውሳኔዎችን መዘርዘር የጥሩ ውሳኔ አሰጣጥ መሠረት ነው። “ይህ ውሳኔ ካሉት አማራጮች የተሻለው” ነው ይላሉ እንጂ “ይህ ብቸኛ አማራጭ ነው” አይሉም።

2.6. ወቅታዊነት:

የቸኮሉ ወይም የዘገዩ ውሳኔዎች መጥፎ ውሳኔዎች ናቸው። ስለሆነም ውጤታማ ውሳኔ ሰጭዎች ጊዜው በፈቀደላቸው መጠን ባላቸው እውቀትና መረጃ ላይ ተመስርተው በአስፈላጊው ወቅት ውሳኔ ይሰጣሉ።

2.7. ተለዋዋጭነት:

ውጤታማ ውሳኔ ሰጭዎች የውሳኔቻቸው ባሪያዎች ወይም ከመጠን በላይ ግትሮች አይደሉም። ሁኔታዎች ሲቀየሩ ወይም ተጨማሪ መረጃዎችን ሲያገኙ ወይም ደግሞ የተሳሳተ ውሳኔ ሰጥተው እንደነበር ከውጤት ሲረዱ ውሳኔያቸውን ለመቀየር አይቸገሩም።

2.8. ፍትሃዊነት:

ውጤታማ ውሳኔ ሰጭዎች ለውሳኔዎች መልካምነት ዋጋ ይሰጣሉ። ለራሳቸውም ለድርጅታቸው ጥቅም ሲሉ ከሥነ ምግባር አኳያ ተቀባይነት የሌለውን ውሳኔ ከመስጠት ይታቀባሉ።

2.9. ሪስክ ወሳጅነት:

ውጤታማ ውሳኔ ሰጭዎች አደጋዎችን መዝነው፤ ኃላፊነቶችን አውቀው፤ ያሉትን አማራጮች ሁሉ አይተውና መዝነው የወሰዷቸው ውሳኔዎች የሚያመጡትን አደጋ ለመሸከም ወይም ለመቋቋም ዝግጁ ናቸው።

2.10. *ራስን ማወቅ*:

ውጤታማ ውሳኔ ሰጭዎች ራሳቸውን "ሁሉንም አዋቂ" አደርገው አይቆጥሩም:: እንደማንኛውም ሰው ጠንካራ ብቻ ሳይሆን ደካማ ጎኖችም ያሏቸው መሆኑን ይረዳሉ:: ጥንካሬዎቻቸውን ለማጎልበት ይጥራሉ:: ድክመት ባለባቸው ቦታዎች ደግሞ የሌሎችን እገዛ ይጠይቃሉ::

ከላይ የተዘረዘሩት ባህሪያት ከተወለድን በኋላ የምንማራቸው እንጂ አብረውን የሚወለዱ ባህሪያት አይደሉም:: ስለሆነም እያንዳንዳችን ልንማራቸውና እና ልናዳብራቸው እንችላለን::

3. *መሰናክሎች*

ስዕል 2: መሰናክሎች

19

ውጤታማ ውሳኔ ሰጭዎች ከመሆን የሚያግዱን በርካታ መሰናከሎች አሉን። ራሳችንን ለውጤታማ ውሳኔ ሰጭነት ለማብቃት የምናደርገው ጥረት ለማሳካት እነዚህን መሰናከሎች መሻገር ይኖርብናል።

መሰናክል 1: ግንዛቤ

እፊት ለፊታችን የተጋረጠ አንድ ዛፍ በጀርባው ያለውን ሰፊ ደን ሊጋርድ ይችላል። እኛ "እውነት ነው" ብለን የተቀበልነው ሀሳብ የሌሎች ብዙ ሰዎችን እውነት እንዳናይ ሊጋርደን ይችላል። ከገዛ ራስ እምነት እስረኛነት ወጥቶ የሌላውን ሰው እይታ ማየት መቻል ትልቅ ብልህነትና ድፍረት ይጠይቃል። ራስን "በሌላው ሰው ጫማ ውስጥ መከተት" ከባድ ቢሆንም አስፈላጊ ነው።

መሰናክል 2፡ ባህል

ባህላዊና አካባቢያዊ ሁኔታዎች በሳል ውሳኔዎችን እንዳንሰጥ ሊያግዱን ይችላሉ። ባህል አማራጮቻችንን ያጠባል። ባህላዊ መሰናከሎችን ተጋፍቶ መወሰን ደግሞ የውሳኔዎችን ውጤታማነት ይቀንሳል። ስለዚህም ለውጥ ፈላጊ መሪዎች ከአንዳንድ ልማዳዊና ባህላዊ አሠራሮች ጋር ትሪጌ ውስጥ መግባታቸው ፈጽሞ የማይቀር ጉዳይ ነው።

መሰናክል 3፡ ስሜት

ሰው በተፈጥሮው ስሜታዊ ነው፤ ያፈቅራል፣ ይጠላል፣ ይደሰታል፣ ያዝናል፣ ይዝናናል፣ ይበሳጫል፣ ያምናል፣ ይጠራጠራል … ወዘተ። እነዚህ ሁሉ ስሜቶች በውሳኔ ላይ ተጽዕኖ አላቸው። የሰው ልጅ ሙሉ በሙሉ ከስሜት ነፃ የሆነ ውሳኔ መስጠት አይችልም።

መሰናክል 4: ምሁራዊነት

በአንድ የሙያ ዘርፍ መርቀቅ ነገሮችን ሁሉ ከዚያ ሙያ አንፃር ብቻ የማየት አደጋ ያስከትላል። አውቀንም ሆነ ሳናውቅ እያንዳንዳችን በተወሰነ መጠን ወደ አንድ ወይም ጥቂት የእውቀት ዘርፍ (ዘርፎች) እናደላለን።

4. ምን ይደረግ?

መሰናክሎቹ ያሉ እና የሚኖሩ ናቸው፤ በቀላሉ ልናስወግዳቸው አንችልም። ውጤታማ ውሳኔ ሰጭዎች መሰናክሎቹን ለመዝለል ነው ራሳቸውን የሚያዘጋጁት። መሰናክሎችን መዝለል ደግሞ ራሱን የቻለ ጥበብ ነው።

አካባቢያችንን በማጥናት መንገዳችንን ስንፈልግ ሆነ ብለን ተዟዙረን እንደምናይ ሁሉ የሰዎችን አስተሳሰብ ለመረዳት ሆነ ብልን ከእራሳችን እምነት ውጭ ያሉትን ለመስማት የተለየ ጥረት ማድረግ ይኖብናል።

አሁን ወደ ሰሜን እየተጓዙ ከሆነ በጉዞዎ መሃል ሆነ ብለው (አስበው) ቆም ብለው ፊትዎን ወደ ደቡብ አዙረው ይመልከቱ። የባላጋራዎን አስተሳሰብ ለመረዳት ሆነ ብለው ራስዎን በእሱ ቦታ አስቀምጠው ያስቡ። ባላጋራ ባይኖርዎት እንኳን "ባይሆንስ?" እያሉ የገዛ ራስዎን ሀሳብ ይሞግቱ።

መሰናክሎቹን ለመወጣት ለውሳኔ አሰጣጥ ሥርዓት ማበጀት ተገቢ ነው። የሚከተለው ባለ ሰባት እርከን የውሳኔ አሰጣጥ ሂደት በቀላሉ ሥራ ላይ ልናውለው የምንችለው አንድ መሰናክሎችን መዝለያ ስልት ነው። እነዚህ ሰባት እርከኖች ችግርን መረዳት፤ የመፍትሔ ሀሳቦችን ማመንጨት፤ የቀረቡ ሀሳቦችን

መመዘን፤ የተሻለውን መምረጥ፤ የተግባር መርሃግብር ማውጣት፤ መተግበር፤ እና ተግባርን መመዘን ናቸው።

1) ችግርን መረዳት

በውሳኔ አሰጣጥ ሂደት ውስጥ የመጀመሪያው አስፈላጊ ጉዳይ ችግርን በትክክል መገንዘብ መቻል ነው። በትክክል የተብራራ ችግር በከፊል የተመለሰ ችግር ነው ይባላል። መፍትሔ የሚፈለግለትን ችግር ለመረዳት ቢያንስ የሚከተሉት ጥያቄት መነሳት አለባቸው።

1. ችግሩ በማያሻማ ሁኔታ በግልጽ ተብራርቷል?
2. ይህ ችግር አዲስ ነው? (የቱ ነባር፤ የቱ አዲስ ነው?)
3. የተወሰዱት እሳቤዎች (assumptions) ምንድናቸው? እሳቤዎቹ ትክክል ናቸው ወይ?
4. ምንም እርምጃ ባይወሰድ ምን ይሆናል?
5. ችግሩን በተለየ መንገድ ማቅረብ ይቻላል?
6. ከዚህ በፊት ለተመሳሳይ ችግር ምን ውሳኔ ተሰጠ? ምንስ ውጤት ተገኘ?
7. ስለ ችግሩ ያሉን መረጃዎች ትክክለኛ ናቸው ወይ?
8. እኔ (እኛ) ለምንድነው ለዚህ ችግር ውሳኔ መስጠት ያለብኝ?

ለእነዚህ ጥያቄዎች በቂ ምላሽ ሳይሰጥ ወደ ሌላ ማምራት "አለባብሰው ቢያርሱ ..." ያስተርታል።

2) የመፍትሔ ሀሳቦችን ማመንጨት

የሚቀጥለው ዐቢይ ሥራ የመፍትሔ ሀሳብ ማመንጨት ነው። ለዚህ በርካታ መንገዶች አሉ።

- የአዕምሮ ወቀራ (Brain Storming) የተለመደ የመፍትሔ ሀሳብ ማመንጫ መንገድ ነው። የአዕምሮ ወቀራ በግልም በቡድንም ማድረግ ይቻላል። በግል ሲደረግ ለምሳሌ ለአንድ ችግር ከአስር ያላነሱ መፍትሔዎችን እንዲያፈልቅ አዕምሮን ማበረታት ይቻላል።
- ምርምርና ጥናት ማድረግ
- የውይይት ቡድኖችን ማዘጋጀት
- ሁለት ሦስት የመትሄ ሀሳቦችን አዳቅሎ አዲስ የመፍትሔ ሀሳብ መፍጠር
- ወዘተ

በሀሳብ ማመንጨት ወቅት የሚናቅ ሀሳብ የለም። በመጀመሪያ የማይረባ የመሰለው ሀሳብ በኋላ ከሁሉም የተሻለው ሊሆን ይችላል።

በቡድን ማሰብ (Group think) ፈጠራን የሚያቀጭጭ በመሆኑ የግለሰብ ጭንቅላቶች ከቡድን ወጣ ብለው እንዲያስቡ መበረታታት ይገባቸዋል። በቡድን የሚያስብ ስብስብ ውሎ አድሮ በአንድ ሰው ጭንቅላት የሚታዘዝ ይሆናል።

1. ሀሳቦችን መመዘን

የቀረቡ የመፍትሔ ሀሳቦችን በተቻለ መጠን በመስፍርት መመዘን ያስፈልጋል። መስፈርቶቹም ቴክኒካዊ፣ ፓለቲካዊ፣ ኢኮኖሚያዊ፣ ማኀበራዊ፣ እና ጊዜ ሊሆኑ ይችላሉ። የመፍትሔ አስተያየቶችን ለመመዘን የሚከተሉት ጥያቄዎች መታለፍ የለባቸውም።

- አግባብነት - ይህ ውሳኔ ተገቢ ውሳኔ ነውን?
- ብቃት - ይህ ውሳኔ ችግሩን ለመፍታት በቂ ነውን?
- ተጓዳኝ ችግሮች - ይህ ውሳኔ የሚያመጣቸው ተጓዳኝ ችግሮች ምንድናቸው?
- አትራፊነት - ይህን ውሳኔ መተግበር ከጉዳቱ ጥቅሙ ይበልጣልን? በምን ያህል?

2. ውሳኔ መስጠት

የውሳኔ ሀሳቦች ከተመዘኑ በኋላ የተሻለውን መምረጥ ተገቢ ነው። ይህም ግን ቀላል ነገር አይደለም። በዚህ ጉዳይ ላይ የመወሰን ሥልጣን ያለው ማነው? እንዴት ነው የሚወሰነው? የሚሉ ጥያቄዎች በጣም አወዛጋቢ ሊሆኑ ይችላሉ። ብዙ ዓይነት የውሳኔ አሰጣጦች አሉ። ለምሳሌ - የግል (autocratic)፣ የምክክር (consultative)፣ የቡድን (group)፣ የውክልና (deligative)።

የውሳኔ አሰጣጥ ስልቱም በጉዳዩ ባህርይ ቢወሰን የተሻለ ይሆናል። ለምሳሌ ቤት እየተቃጠለ የምክክር ውሳኔ ይሰጥ መባል የለበትም።

3. የአፈፃፀም መርሃ ግብር ማውጣት

ዝርዝር የአፈፃፀም መርሃ ግብር የሌለው ውሳኔ መጥፎ ውሳኔ ነው። ተግባራዊ እቅድ ምን፣ ማን፣ መቼ፣ በምን ወጪ የሚሉትን ጥያቄዎች መመለስ አለበት።

4. መፈፀም

ከዚህ በታች ያሉ ጥያቄዎች አዎንታዊ ምላሽ ካገኙ ሰው፣ ስትራቴጂ እና ኦፐሬሽን ሳይነጣጠሉ በተግባር ላይ በመዋል ውጤታማ ሥራን መከወን ያስችላሉ።

- ውሳኔው ለማስፈፀም የሚችል አመራር አለ?
- ውሳኔው ለማስፈፀም የሚያስችል ድርጅታዊ ባህል አለ?
- ውሳኔው ለማስፈፀም የሚያስችል የሰው ኃይልና ሌሎች ግብዓቶች ተሟልተዋል?

5. መመዘን

የሥራ ውጤትን መመዘን ግድ ነው። የተጠበቀው ውጤት ካልመጣ በጊዜ የእርምት እርምጃ መውሰድ ብልህነት ነው። ለምዘና የሚረዱ በርካታ ጥያቄዎችን መዘርዘር ቢቻልም ቦታ ለመቆጠብ የሚከተሉትን ብቻ እናንሳ።

- ለመሆኑ ውሳኔው ግብ መምታት አለመምታቱን በምን ይታወቃል?
- የግቡ መስፈርቶች ምንድናቸው? እንዴት ነው የሚሰፈሩት?

5. ማጠቃለያ

የውሳኔ አሰጣጥ ክህሎት የመሪነት ክህሎት አቢይ አካል ነው።

የውጤታማ ውሳኔ ሰጪዎች ባህሪያት የሆኑትን - እውቀትን መሻት፣ ተነሳሽነት፣ ምክር ፈላጊነት፣ መረጃ ፈላጊነት፣ ሁሉን ዓቀፍነት፣ ወቅታዊነት፣ ተለዋዋጭነት፣ ፍትሃዊነት፣ ሪስክ መውሰድን እና ራስን ማወቅ - ልንላበሳቸው የሚገቡ ባህርያት ናቸው።

እርግጥ ነው ውጤታማ ውሳኔ ሰጭ ከመሆን የሚያግዱን በርካታ መሰናክሎች አሉ። አንዱ የራሳችን ግንዛቤ ነው። ባህል፣ ስሜትና ሙያችንም መሰናክሎች ናቸው። ሆኖም ግን ለውሳኔ አሰጣጣችን ሥርዓት በማውጣት መሰናክሎቹን መሻገር እንችላለን።

ባለ ሰባት እርከን የውሳኔ አሰጣጥ - (1)ችግርን መረዳት፤ (2) የመፍትሔ ሀሳቦችን ማመንጨት፤ (3) የቀረቡ ሀሳቦችን መመዘን፤ (4) የተሻለውን መምረጥ፤(5) የተግባር መርሃግብር ማውጣት፤ (6) መተግበር፤ እና (7) ተግባርን መመዘን - በቀላሉ በሥራ ላይ ልናውለው የምንችለው ስልት ነው።

ለተጨማሪ መረጃ

Paul C. Nutt & David C. Wilson. (2010). Hand Book of Decision Making. John Wiley & Sons,

ምዕራፍ ሦስት
የጊዜ ማኔጅመንት

1. መግቢያ

በዘወትር ሕይወታችን "ጊዜ አጠረኝ፤ ሥራ በዛብኝ" እና የመሳሰሉ እሮሮዎችን ማሰማት እና ሌሎች ሲያማርሩ መስማት የተለመደ ነው። እኛ ማማረራችንን ባንተውም በዓለም ላይ ለሰው ልጆች ሁሉ በእኩል ከተሰጡ ጥቂት ነገሮች አንዱ ጊዜ ነው። በሰዓት የምንለካው ጊዜ ለድሃውም ለሀብታሙም፤ ለተማረውም ላልተማረውም፤ ለጎበዙም ለሰነፉም፤ ለከተሜውም ለገጠሬውም፤ ለወጣቱም ለእድሜ ባለጸጋውም እኩል የተሰጠ ሀብት ነው። ሁላችንም በአንድ ቀን ውስጥ ሃያ አራት ሰዓቶች አሉን። ስለሆነም "ጊዜ አነሰኝ" የሚለው አባባል በራሱ ስህተት ነው።

ጊዜ እንደሌሎች ግብዓቶች (ለምሳሌ ገንዘብ) ሊዳብር፣ ሊመረት፣ ሊሰፋ፣ ሊቀንስ ወይም ከአንዱ ተወስዶ ለሌላው ሊሰጥ የሚችል ባለመሆኑ ጊዜን ማኔጅ ማድረግ አይቻልም። ማኔጅ ማድረግ ያለብን እኛን ራሳችንን ነው። ስለሆነም በተለምዶ የጊዜ ማኔጅመንት (Time Management) የሚባለው የእውቀት ዘርፍ በመሠረቱ የራስ ማኔጅመንት (Personal Management) ነው።

ሆኖም የተለመደ አነጋገር በመሆኑ ብቻ "የጊዜ ማኔጅመንት" የሚለውን አባባል እንጠቀምበት። የዚህ ጽሁፍ ዓላማ ስለ ጊዜ ማኔጅመንት ሁለት መሠረታዊ

ነጥቦች ብቻ በማንሳት ጊዜዓችንን በተሻለ ሁኔታ መጠቀም ስለምንችልባቸው መንገዶች አስተያየት ለመስጠት ነው።

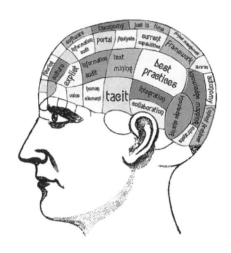

ስዕል 1: ጊዜና የራስ ማኔጅመንት

2. የሕይወት ዓላማና የጊዜ ማኔጅመት

የጊዜ ማኔጅመት ጥበብ መጀመሪያ ጊዜን ለምን እንደምንፈልገው ማወቅ ነው!!! “በሕይወት ዘመኔ ምን ተፈጽሞ ማየት እፈልጋለሁ?” ብሎ መጠየቅና ለዚህ በቂ ምላሽ ማግኘት የጊዜ አጠቃቀም እምብርት ነው።

በማይድን በሽታ ምክንያት በአጭር ጊዜ ውስጥ ሕይዎታቸው እንደሚያልፍ በተነገራቸው ሰዎች ላይ የተደረጉ በርካታ የማኅበራዊ ሳይንስ ጥናቶች አሉ። ከመሞታቸው በፊት ያሳለፉትን ሕይወት በጽሞና የማጤን እድል ያገኙ ሰዎች:

- በዘፈን፣ በጭፈራ፣ በዋዛና ፈዛዛ ያሳለፉት እድሜ እንደባከነ እንደሚቆጥሩ፤
- የሚኮሩባቸው ጊዜዓት ችግርን በጽናት የተጋፈጡባቸው ጊዜዓት መሆኑ፤
- ለራሳቸው የግል ጥቅም የተሯሯጡበት ጊዜ ሲያስቡት እንደሚያሳፍራቸው፤
- ለሌላ ሰው በሠሩት ደግነት እንደሚደሰቱና ከሠሩት በላይ ማድረግ የነበረባቸው ሆኖ እንሚሰማቸው፤

የጥናቶቹ ውጤቶች ያረጋግጣሉ። እነዚህ ጥናቶች የሚያሳዩት ለበጎ ዓላማ ሲባል መጎዳት ራሱ የደስታ ምንጭ መሆኑ ነው።

በግልጽ የታወቀ የሕይወት ግብ መኖር እና አለመኖር ለጊዜ አጠቃቀም ቁልፍ ጉዳይ ነው። በግልጽ የታወቀ ግብ ያለው ሰው በየእለቱ ለዚህ ታላቅ ግብ ያዋለው ሰዓት የሚደሰትበት፤ “እንኳንም ኖርኩ” የሚልበት ነው። ለዚያ ታላቅ ግብ አንዳችም እርባና ያለው ነገር ሳያደርግ ያለፉ ቀናት በሙሉ የባከኑ ቀናት ናቸው።

ስዕል 2፡ ግብ

በግልጽ የታወቀ የሕይወት ግብ የሌለው ሰው ግን የሚባክን ሰዓት የለውም። እንዲያውም ሰዓቱን በምን እንደሚያጠፋው ይቸግረዋል። ግልጽ የሆነ የሕይወት ግብ ለሌለው ሰው ችግሩ የጊዜ ብዛት ነው። የጊዜ መብዛት ከሥነ-ልቦና ችግር ምክንያቶች አንዱ ነው፤ ስሙንም "ድብርት" ይሉታል። በሠለጠኑ አገሮች በድብርት ምክንያት ራሳቸውን የሚያጠፉ ሰዎች መብዛት የችግሩ አሳሳቢነት ገላጭ ነው።

ስለሆነም ስለጊዜ አጠቃቀም ስንናገር "በጊዜዓችን ምን መሥራት እንፈልጋለን?" የሚለው ቁልፍ ጥያቄ ነው። ይህን ጥያቄ ሳንመልስ የጊዜ አጠቃቀም ቴክኒኮችን ብንማር ዋጋ የለውም። የምንፈልገውን ማወቅና ያንን ለማግኘት መጓጓት ለኛ ትልቁ ማነቃቂያችን ነው።

እርግጥ ነው ሁሌ እና ቀኑን በሙሉ የሕይወታችን ግብ ነው በምንለው ተግባር ላይ ለማዋል አንችልም። በየእለቱ እንድንፈጽማቸው የሚገቡ "ትናንሽ" ነገሮች አሉ። እነዚህን "ትናንሽ" ነገሮችን አለመፈፀም አንችልም። ምግባችንን አለመብላት፤ ወዳጆቻችንን ሰላም አለማለት አንችልም። እናም ልባችን እትልቁ ግባችን ላይ ቢሆንም እጆቻችንና እግሮቻችን ግን በትናንሽ ጉዳዮች ላይ ተጠምደው ይውላሉ። ይህንን ተቃርኖ እንዴት ማስታረቅ ይቻላል?

3. የጊዜ ዋጋ

አንዳንድ ሰዓቶች ከሌሎች ይበልጥ ውድ ናቸው!!!

"ጊዜ ገንዘብ ነው" የሚለው አባባል እውነትነት አለው። ሆኖም ግን ሁሉም ሰዓት እኩል ዋጋ እንደማያወጣ ማወቅ የጊዜ ማኔጅመንት ሁለተኛው አቢይ ነጥብ ነው። የሰው ልጅ በተፈጥሮው ንቁ የሚሆንባቸው ሰዓቶች አሉ።

ጊዜዓችንን ገበያ አውጥተን መሸጥ ብንችል ኖሮ ንቁ የምሆንባቸው ጊዜዓት ውድ ሰዓቶች በሆኑ ነበር። በአንዳንድ ሰዓቶች ደግሞ ሰውነት ይደከማል፤ አዕምሮ ይፈዛል፤ እነዚህ ርካሽ ሰዓቶች ናቸው። እያንዳንዱ ሰው የራሱ የተፈጥሮ ሰዓት ያለው ቢሆንም የአብዛኞቻችን የሚቀጥለውን ይመስላል ብሎ ማሰብ ይቻላል።

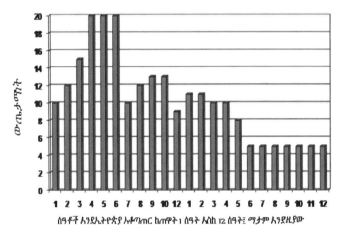

ስዕል 3: የዕለት ውጤታማነት ሰሌዳ (ምሳሌ)

ለብዙ ሰዎች በጣም ውጤታማው ሰዓት ከጠዋቱ 2 ሰዓት እስከ እስከ ምሳ ሰዓት ያለው ጊዜ ነው። ከምሳ በኋላ ውጤታማነት ይወርዳል። ከሰዓት በኋላ ተመልሶ ከፍ ይላል፤ ሆኖም የጠዋቱን ያህል ግን አያክልም። ምሽትም ጥሩ የሥራ ጊዜ ነው። ከምሽቱ 6 ሰዓት በኋላ ግን ሰውነት የሚደክምበት፤ ውጤታማነት በጣም የሚወርድበት ነው። ይህ ለምሳሌ የቀረበ ነው። ማታ በውድቅት ተነስው መሥራት የሚቀናቸው ሰዎች አሉ። መሠረተ ሀሳቡ የራስዎን "የባዮሎጂ" ሰዓትዎን ያግኙ። ሥራዎን ከባዮሎጂ ሰዓትዎ ጋር ያቀናጁ። የሥራዎ ውጥረት ከባዮሎጂ ሰዓትዎ ጋር የተቀናጀ ከሆነ እጅግም የድካም ስሜት

አይሰማዎትም። ሰውነታችን ለሥራ ባልተነቃቃበት ወቅት በአስቸጋሪ ሥራ መጠመድ ድካም ብቻ ሳይሆን መነጫነጭንም ስህተቶችንም ይፈጥራል።

4. ተግባራዊ ሊደረግ የሚችል የመፍትሔ ሀሳብ

የተሻሻለ የጊዜ አጠቃቀም ጥቅሙ ዘርፈ ብዙ ነው። ዋና ዋና ጥቅሞቹን ብቻ እንዘርዝር:

- ምርታማነትን (ውጤታማነታችንን) ይጨምርልናል፤
- በራስ የመተማመን ስሜታችንን ያጎለብትልናል፤
- የቤተሰብ፣ የማኅበረሰብ፣ የዜግነት፣ የሃይማኖት፣ የሙያ፣ ... ወዘተ ግዴታዎቻችን በሚገባ እንድንወጣ ያግዘናል፤
- ፍቅርና ደስታ የተሞላበት ሕይወት እንዲኖረን ይረዳናል፤ እና
- ከጭንቀት በመገላገል ጤንነታችንን ይጠብቅልናል።

ጥሩ የጊዜ ማኔጅመት ከላይ የተጠቀሱትን ሁለት መሠረተ ሀሳቦችን ማለትም (1) የዓላማ ጉዳይ እና (2) በአንድ ቀን ውስጥ ያሉ ሰዓቶች እኩል አለመሆናቸው እግንዛቢ ውስጥ ያስገባል።

ከሁሉ አስቀድሞ ልንሰራቸው ለሚገቡ ጉዳዮች (በሀሳባችንም ቢሆን) ቅደም– ተከተል ልናወጣላቸው ይገባል። ለጉዳዮቻችን ቅደም– ተከተል ለማውጣት ሁለት አበይት መለኪያዎችን መጠቀም እንችላለን። እነዚህ ሁለት መለኪያዎች ደግሞ "አስፈላጊነት" እና "አጣዳፊነት ይሰኛሉ። “አስፈላጊ” ሥራዎች በቀጥታም ይሁን በተዘዋዋሪ ከዋነኛ ዓላማችን ጋር የተያያዙ ናቸው። እኛን በሕይወት ለማቆየት የሚደረጉ ተግባራትንም (ለምሳሌ ገንዘብ ማግኛ ሥራ መሥራትን) ከአስፈላጊዎቹ ይመደብ። አስፈላጊም ይሁኑም አይሁኑ አሁኑኑ መደረግ

ያለባቸው ነገሮች ደግሞ "አጣዳፊዎቹ" ናቸው። ሥራዎቻቸንን በአጣዳፊነትና በአስፈላጊነት ከከፋፈልን የሚከተለውን ዓይነት "የኤንዘንሃወር ሜትሪክስ" የሚባለውን ሠንጠረዥ ማዘጋጀት እንችላለን።

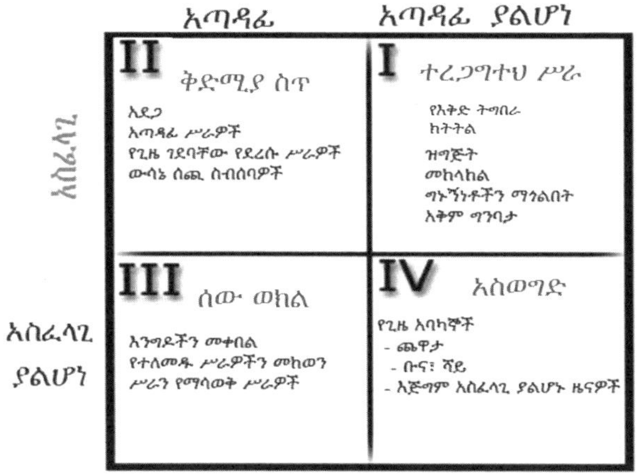

አጣዳፊ
አጣዳፊ ያልሆነ
አስፈላጊ
አስፈላጊ ያልሆነ
II
ቅድሚያ ስጥ
አደጋ
አጣዳፊ ሥራዎች
የጊዜ ገደባቸው የደረሱ ሥራዎች
ውሳኔ ሰጪ ስብሰባዎች
I
ተረጋግተህ ሥራ
የእቅድ ትግበራ
ክትትል
ዝግጅት
መከላከል
ግኑኝነቶችን ማጎልበት
አቅም ግንባታ
III
ሰው ወክል
እንግዶችን መቀበል
የተለመዱ ሥራዎችን መከወን
ሥራን የማሳወቅ ሥራዎች
IV
አስወግድ
የጊዜ አባካኞች
- ጨዋታ
- ቡና፣ ሻይ
- አጅግም አስፈላጊ ያልሆኑ ዜናዎች

ስዕል 4: የኤዘንሃወር ሠንጠረዥ

በጣም ውጤታማ የሆኑ ሰዎች ብዙውን ጊዜዓቸውን የሚያጠፉት አስፈላጊ ሆኖም ግን አጣዳፊ ባልሆኑ ማለትም በመጀመሪያው ሳጥን ባሉት ጉዳዮች ነው። እነዚህ ሰዎች ሥራዎቻቸውን በእቅድ ስለሚሰሩ የመዋከብ ሁኔታ አይታይባቸውም። ከእነሱ በተቃራኒው ያሉ ሰዎች ሁሌ የእሳት ማጥፋት ሥራ ላይ ያሉ ይመስል እንደተራወጡ ናቸው። እነዚህ የሚዋከቡ ሰዎች የሚለፉ ቢሆንም የሚያረካ ውጤት ግን አያዩም። ውጤታማ ሰዎች ግን ሥራቸውን አከናውነው ለመዝናናት እንኳን ጊዜ ይተርፋቸዋል።

ሥራዎችን ከአጣዳፊነታቸው እና በአስፈላጊነታቸው መጠን ለይቶ ቅደም ተከተል በማውጣት አብዛኛውን የሥራ ጊዜ አስፈላጊ ሆኖም ግን አጣዳፊ ላልሆኑ ተግባራት ማዋል የጊዜ ማኔጅመንት አንድ ዋነኛ ስልት ነው።

ሌላው አቢይ ጉዳይ ምን፣ መቸ መሠራት እንዳለበት መወሰን ነው። ከላይ በስዕል አንድ እንደተመለከተው ሰዓቶች በሙሉ እኩል አይደሉም። እያንዳንዱ አንድ ሰዓት ስልሳ ደቂቃዎች ያሉት ከመሆኑ አኳያ ሰዓቶች ሁሉ እኩል ቢሆኑም ከምርታማነት አንፃር አንዳንዱ ሰዓት ከሌላ "አቻው" ይበልጣል።

"ውድ ሰዓቶቼን በምን ሥራ ላይ ላውላቸው?" ብሎ መጠየቅ ትልቅ ብልህነት ነው። "ለሁሉም ጊዜ አለው" የሚለው አባባል እዚህ ጋ ጠቃሚ ነው።

አዕምሮ በሚዝልበት፣ ውጤታማነት ዝቅተኛ በሆነባቸው ሰዓቶች መዝናናት ጥሩ ነው። ብዙ ፍሬዓማ የሆኑ ሥራዎችን ማከናወን እንችልበት የነበረን ሰዓት በመዝናናት ማሳለፍ ግን ከፍተኛ ጉዳት አለው። በመሠረቱ በዚህ ሰዓት ሰውነት ለመዝናናት ዝግጁ ባለመሆኑ መዝናናቱ ራሱ እንኳን "ልብ አድርስ" አይሆንም። የራሳችንን የባዮሎጂ ሰዓት ሰንጠረዥ ካወጣን ሥራዎችን መደልደል ቀላል ነው። አስፈላጊና ከባድ ሥራዎችን በጣም ውጤታማ በምንሆንባቸው ሰዓታት መሥራት፣ ቀላልና አዝናኝ የሆኑትን ደግሞ ከዚያ መለስ ባሉ ሰዓታት መከወን። ውጤታማነታችን በጣም ዝቅተኛ በሚሆንባቸው ሰዓታት ደግሞ መዝናናት፣ ዘመድ መጠየቅ፣ መጫወት፣ መተኛት። አዎ ለሁሉም ጊዜ አለው!

የጊዜ አባካኞችን ማስወገድ ለሥራ ቅልጥፍና ወሳኝ ነው።

የተለመዱ የጊዜ አባካኞች

- የሰዎች ጣልቃ ገብነት

- የቴሌፎን ጣልቃ ገብነት
- አላስፈላጊ ስብሰባዎች
- አላስፈላጊ ኢሜሎች
- ሥራዎችን መደራረብ
- ዘወትር በአጣዳፊ ሥራዎች መወጠር
- ሌሎች ውሳኔ እስኪሰጡበት መጠበቅ
- ሌሎች ይሠሩታል በሚል ተስፋ መጠበቅ
- የሥራዎች ቅደም ተከተል አለመገንዘብ
- ከመጀመሪያው አሳምሮ ባለመስራት፤ ሠርቶ ከጨረሱ በኋላ እንደገና መጀመር

አስፈላጊ ነገሮችም ያለጊዜዓቸው ሲሰሩ ወይም ከሚገባው በላይ ከተዘወተሩ "ጊዜ አባካኝ" ይሆናሉ። ለምሳሌ ቴሌፎን ጊዜን በመቆጠብ ረገድ የሚጫወተው ሚና ለሁላችን ግልጽ ነው። ስለቴሌፎን ጥቅም ብዙ መናገር ቢቻልም በአግባቡ ካልተጠቀምንበት ግን ጊዜ አባካኝ መሆኑም የታወቀ ነው። ልክ እንደዚሁ እንደ ቴሌፎን ጠቀሜታቸው ከፍተኛ ቢሆንም ያለ ጊዜዓቸው ሲሰሩ ጊዜ አባካኝ የሚሆኑ ብዙ ነገሮችን በማስረጃነት መዘርዘር ይቻላል። ፌስ ቡክ፣ ፓልቶክ፣ ቻት ሩም እንደዚሁ ጠቃሚታቸው የማይካድ ቢሆንም በአግባቡ ካልተያዙ ጊዜ አባካኝ ይሆናሉ።

የመጨረሻው ነጥብ መርህ 80/20ን ማስታወስ ነው። ሰማንያ በመቶ ያህሉን ውጤታማ ሥራ የምንሰራው በሃያ በመቶ በሚሆነው ጊዜዓችን ነው። ሰማንያ በመቶ ያህሉ ጊዜዓችን በእንቅልፍ፣ በወሬ፣ በጉዞ፣ በዋዛና ፈዛዛ የሚያልፍ ነው። የሃያ አራት ሰዓት ሃያ በመቶ 4.8 ነው። ከሃያ አራት ሰዓታት ውስጥ በቀን አራት እንዲህ በታቀደና በተደራጀ መንገድ ከሠራን ትልቅ ነገር ነው።

ለተጨማሪ መረጃ

Julie Morgenstern. Time Management from Inside Out. Henry Holt
     and Company,
Mark McGuinness. (2007). Time Management for for Creative
     People. www.wishfulthinking.co.uk
Marshal J. Cook. Time Management: Proven Techniques for Making
     the Most of Your Valuable Time. Adams Media
     Corporation,

ምዕራፍ አራት

ወደፊት መውደቅ

ስህተቶችን ወደ ስኬት መረማመጃነት መቀየር[1]

1. ትርጉም

በዚህ ጽሁፍ ውስጥ "ወደፊት መውደቅ" የሚለው ሀረግ በምሳሌዓዊ አነጋገርነት የተወሰደ ነው። ወደፊት የወደቀ ሰው በራሱ ላይ ስቆ፤ አቧራውን አራግፎ፣ እግሮቹን አሻሽቶ፤ ያደናቀፈውን ድንጋይ አንስቶ፤ ሀሳቡን አሰባስቦ በተነቃቃ መንፈስ መንገዱን ይቀጥላል። ወደፊት መውደቅ ከስህተቶች ተምሮ ከቀድሞው የበለጠ ተጠናክሮ መገኘትን ያመለክታል።

ወደ ኋላ መውደቅ ግን የዚህ ተቃራኒ ነው። ወደ ኋላ መውደቅ ፍርሃትን ያነግሳል። ወደኋላ የወደቀ ሰው በድጋሚ ላለመውደቅ አለመነሳትን ሊመርጥ ይችላል። ቢነሳም እንኳም እርምጃው ፍርሃት እና ጥንቃቄ የበዛበት በመሆኑ ከመውደቁ በፊት በነበረው ጥንካሬና እልህ መቀጠል አይችልም። ወደ ኋላ መውደቅ ስንፍናን ያበረታታል፤ ጊዜን ይገላል፤ ምርታማነት ይቀንሳል፤ አዳዲስ ሀሳቦችን የማፍለቅንም ሆነ የመቀበል ችሎታን ያሽመደምዳል። ወደኋላ መውደቅ ግብን በጣም ስለሚያርቅ ተስፋ ያስቆርጣል። ይህ ደግሞ ከፍርሃት

---

1 . ይህ ምዕራፍ Failing Forward: Turning mistakes into stepping stones for Success በሚል ርዕስ በጆን ማክዌል ተጽፎ በቶማስ ኔልሰን አታሚዎች እ.አ.አ 2000 በታተመ መጽሀፍ ላይ የተመሠረተ ነው።

ጋር ሲጣመር ቀድሞ በጣም ውጤታማ የነበሩ ሰዎችን እንኳን ሳይቀር ሽባ ሊያደርግ ይችላል።

የዚህ ጽሁፍ ዓላማ መውደቅን በአጠቃላይ ሳይሆን ወደፊት መውደቅን ማበረታት ነው።

2. ስለ መውደቅ

መውደቅን በተመለከተ በርካታ የተዛቡ አስተያየቶች አሉ። የሚከተሉት ከእነዚህ ከተዛቡት አስተያየቶች ዋነኞቹ ናቸው።

1. መውደቅን ማስቀረት ይቻላል ብለው የሚያስቡ አሉ - ግን ውሸት ነው!

ውድቀት የሕይወት አካል ነው። ያለ አንዳች ውድቀት ትላልቅ ግቦችን ማሳካት አይቻልም። ትላልቅ ግቦች ያለመሳካት እድላቸው ትልቅ ነው። ይህ በቢስነስም፣ በፓለቲካም፣ በዘወትር ማኅበራዊ ሕይወታችንም እውነት ነው። እስከዛሬ ውድቀት ደርሶብዎ የማያውቁ ከሆነ አንዳችም ሁነኛ ነገር ለማድረግ ሞክረው አያውቁም ማለት ነው። ውድቀትን መቀነስ እንጂ ማስቀረት አይቻልም። ውድቀትን ማስቀረት ባይቻልም አወዳደቃችንን ማሳመር ግን ይቻላል። ከውድቀታችን ተምረን ጠንክረን ስንነሳ "ወደፊት ወደቅን" ማለት እና በውድቀታችን መደሰት እንችላለን።

2. ውድቀትን ክስተት አድርገው የሚቆጥሩ አሉ - ይህ ስህተት ነው!

ውድቀትን እንደ ሎተሪ እጣ መመልከት ትክክል አይደለም። ስኬት የሥራ ውጤት እንደሆነ ሁሉ ውድቀትም የሥራ ውጤት ነው። ውድቀት መሥራት የነበረት ባለመሠራቱ እና/ወይም መሠራት ያልነበረበት በመሠራቱ ምክንያት የተገኘ የማይፈለግ ውጤት ነው። ውድቀት በአጋጣሚ የሚከሰት ነገር አይደለም። ስኬትንም ውድቀትንም እንደ ሎተሪ የእድል ጉዳይ አድርጎ መውሰድ ተገቢ አይደለም፤ አዘናጊም ነው።

3. ሰዎች ውድቀትን ግዑዝ /ተጨባጭ/ ነገር ያደርጉታል - ግን አይደለም!

አንድን ነገር ስኬት ወይም ውድቀት የሚያደርገው የኛ የራሳችን አስተሳሰብ ነው እንጂ በራሱ ስኬት ወይም ውድቀት የሆነ ነገር የለም። የአንድ ሰው ስኬት ለሌላው ውድቀት ሊሆን ይችላል። ለአንድ ሰው ለራሱም ቢሆን በአንድ ወቅት ስኬት የነበረው ነገር በሌላ ጊዜ ውድቀት ይሆናል። ከዚህም በላይ ለአንድ ሰው በአንድ ወቅት የደረሰ ኩነት በአንድ በኩል ስኬት፤ ከሌላ አቅጣጫ ሲታይ ደግሞ ውድቀት ሊሆን ይችላል። ስኬትን እንደ ውድቀት፤ ውድቀትን እንደ ስኬት ተርጉመን ልናዝንበት በሚገባ ጉዳይ የምንደሰትበት፤ ልንደሰትበት በሚገባ ጉዳይ የምንበሳጭባቸው አጋጣሚዎች በርካታ ናቸው።

4. ሰዎች ውድቀት ጠላታቸው እንደሆነ ያስባሉ - ግን አይደለም!

ከተማርንበት ውድቀት ወዳጃችን ነው። ከስኬት በላይ ከውድቀት ትምህርት መውሰድ ይቻላል። ከማይረባ ስኬት ጥሩ ነገር ለማግኘት ሞክሮ መውደቅ ይሻላል!!! ብልሆች ከገዛ ራሳቸው ስህተቶች ይማራሉ። ጠቢቦች ደግሞ ሌሎች

ሰዎች ከሰሯቸው ስህተቶች ይማራሉ። በሁለቱም መንገዶች ስህተት የእውቀት ምንጭ ነው፡

5. ሰዎች ውድቀትን የማይጠገን ስብራት አድርገውት ሊወስዱት ይችላሉ - ግን አይደለም!

መውደቅ ማለት ወድቆ መቅረት ማለት አይደለም። ወደፊት የወደቀ ሰው ከቀድሞው የበለጠ ጠንክሮ የመነሳት እድሉ ከፍተኛ ነው። እያንዳንዱ የስኬት ታሪክ የውድቀቶች ታሪክም ነው። ውድቀትን ያላስተናገደ ስኬት የለም። ይህ ማለት ግን ወድቆ የተነሳ ሰው የሚመርጠው መንገድ አደጋ የሌለው ነው ማለት አይደለም። አደጋ የሌለው መንገድ የለም። እንዲያውም አዲሱ መንገድ ከቀድሞው የባሰ አደጋ ያለው ሊሆንም ይችላል። ሆኖም ግን ወድቆ የተነሳ ሰው ፈጽሞ ካልወደቀው የተሻለ ልምድ አካብቷልና መንገዱ በስኬት የመጨረስ የተሻለ እድል አለው።

6. ሰዎች መውደቅ አሳፋሪ ያደርጉታል - ግን አይደለም

መውደቅ አሳፋሪ ሊሆን አይገባም። ከባድ ነገር ሞክሮ የወደቀ ሰው በመሞከሩ ብቻ እንኳን ሊደሰት ይገባል። ጦርነትን ለማሸነፍ በአንዳንድ ግጥሚያዎች መሸነፍ አስፈላጊ ሊሆን ይችላል። ከዚህ አንፃር ሲታይ በአንዳንድ ነገሮች ለማሸነፍ በሌሎች አንዳንድ ነገሮች መሸነፍ አስፈላጊ ሊሆን ይችላል። ስለሆነም ለትልቁ ድል ሲባል በደስታ የሚደረጉ መውደቆች እንዳሉም መገንዘብ ይጠቅማል።

7. ውድቀትን የሁሉ ነገር ማክተሚያ አድርገው የሚወስዱ አሉ - ይህም ስህተት ነው!

ወደፊት ወድቆ የተነሳ ሰው ጭራሹን ካልወደቀ ሰው ይሻላል። ተነስቶ በራሱ ላይ ስቆ አቧራውን አራግፎ መንገድ እየመረጠ ይሄዳል። ወድቆ የተነሳ ሰው ወድቆ ጠንክሮ መነሳት ለምዷልና ዳግም የመውደቅ ፍርሃት የለበትም። ስለሆነም በወደቅህ ጊዜ ፈጽሞ ተስፋ አትቁረጥ።

3. ወደፊት ለመውደቅ የሚያስፈልጉ ሰባት ችሎታዎች

1. ስኬታማ ሰዎች "አይሆንምን" አይሆንም ይላሉ

ስኬታማ ሰዎች መንፈሳቸው "ይቻላል!" "አደርገዋለሁ!" "እኔ ካላደረኩትማ ማ!" በሚል የእልህ መንፈስ የተሞላ ነው። "እኔ በምን አቅሜ" እያለ ሀሞታቸውን አያፈሱም። አስቸጋሪ ጉዳይ ሲገጥማቸው "ስለዚህ ጉዳይ ምን ማድረግ ይቻላል?" ብለው ጠይቀው መልስ ለማግኘት ይጥራሉ እንጂ "ምንም ማድረግ አይቻልም" ብለው ደምድመው ቁጭ አይሉም።

2. ለስኬታማ ሰዎች ውድቀት ጊዜዓዊ ጉዳይ ነው

ለስኬታማ ሰዎች ውድቀት ጊዜዓዊ ክስተት ነው። ዛሬ ያልተሳኩልኝ ነገሮችን ነገ አሳካለሁ። ዛሬ ያጣኋቸውን ነገ አገኛለሁ። ዛሬ ብከስርም ነገ አተርፋለሁ። ዛሬ ብቸገርም ነገ የተመቻቹ ሁኔታዎች ይኖሩኛል ብለው ያስባሉ፤ ያምናሉ።

3. ስኬታማ ሰዎች ውድቀትን እንደ ተናጠል ጉዳይ ነው የሚያዩት

በአንድ ጉዳይ መውደቅ በሌላ ጉዳይ መወደቅን አያመለክትም። አንድ ሰው በአንድ የሕይወት ዘርፍ ባይሳካለት በሌላውም መስክ አይሳካለትም ማለት አይደለም። እንዲያውም ውድቀት በአንዱ ባይሳካ በሌላው ለመሞከር ምክንያት ይሆናል።

4. ስኬታማ ሰዎች ሊሆን በሚችል ነገር ተስፋ ያደርጋሉ

ስኬታማ ሰዎች “ይቻላል” ሲሉ ማንኛውም ነገር በራሱ ይሆናል ማለት እንዳልሆነ ያውቃሉ። የሚቻለው ነገር እንዲቻል መወሰድ ያለባቸው ተግባራዊ እርምጃዎች አሉ። እነዚህ ተግባራዊ እርምጃዎች ከተወሰዱ ነው “ይቻላል” የተባለው ነገር የሚቻለው። ስኬታማ ሰዎች ባዶ ተስፈኞችና ቅዠታም ሕልመኞች አይደሉም። “ምንም ተስፋ የለውም፤ አትልፋ” በሚል ጨለምተኛ እና “አትጨነቅ፤ ጊዜ ራሱ መፍትሔ ይፈልግለታል” በሚል ባዶ ተስፈኛ መካከል እጅግም ለውጥ የሌለ መሆኑን ይረዳሉ። ስለሆነ ተስፋ የሚያደርጉት በሚመኙት ሳይሆን ሊሆን በሚችል ነገር ላይ ነው።

5. ስኬታማ ሰዎች ጥንካሬዓቸው ላይ ያተኩራሉ

ስኬታም ሰዎች ድክመቶቻቸውን ለመሸፈን ወይም ለመቀነስ ጊዜና ጉልበት ከማባከን ይልቅ ጥንካሬዓቸው ላይ ያተኩራሉ። የሚያዉቁት፣ የሚወዱትና የሚአነቃቃቸውን ሥራ ይሠራሉ።

6. ስኬታማ ሰዎች ወደ ውጤት የሚወስዷቸውን መንገዶች ይቀያይራሉ

ስኬታማ ሰዎች ከስትራቴጂ ጋር ውል አይገቡም (አይቆርቡም)። ወደ ግብዓቱ የሚያደርሱ አማራጭ ስትራቴጂዎች እንዳሉ ያምናሉ። አንዱ አላዋጣ ሲል ወደሌላው ለመቀየር አይቸገሩም።

7. ስኬታማ ሰዎች ቢወድቁም ይነጥራሉ (ይነሳሉ)

ችግር ስኬታማ ሰዎችን ይበልጥ ያጠነክራቸዋል። እንደ ኳስ መሬት ላይ ሲጥሏቸው ይነጥራሉ።

4. ለወደፊት ወድቆ መነሳት የሚያበቁን ባህርያት

የሚከተሉት ባህሪያት ወደፊት ለመውደቅና ጠንክሮ ለመነሳት ያገለግላሉ ተብሎ ይታመናል።

1. *ብርቱ ፍላጎት*
2. *ጽናት*
3. *የኃላፊነት ስሜት*
4. *ብርቱ ሥራ*
5. *እልህ*
6. *ቀና እምነት*
7. *ከመቀበል ይልቅ ለመስጠት ያለ ፈቃደኝነት*
8. *አንድን ነገር በማከናወናችን የሚሰማን ክብር*

9. *ለመማር ያለን ፈቃደኝነት*

5. ወደ ኋላ የሚጥሉት ባህሪያት

የሚከተሉት ደግሞ ወደኋላ ለመውደቅ፤ ወድቆም ላለመነሳት ምክንያቶች ተደርገው ይወሰዳሉ።

1. *ሪስክ ለመውሰድ አለመፈለግ*
2. *የጽናት እጦት*
3. *ፈጣን ውጤት/ሽልማት/ መፈለግ*
4. *ለቀዳሚ ጉዳዮች ቅድሚያ አለመስጠት*
5. *ለሁሉም ነገር አቋራጭ መፈለግ*
6. *ራስ ወዳድነት እና ስስት*
7. *የእምነት እጦት*
8. *የተፈጥሮ ህጎችን አለመገንዘብ*
9. *ለማቀድና ለመዘጋጀት አለመፈለግ*
10. *የዲሲፕሊን እጦት*

6. ወድቀው የተነሱ ሰዎች

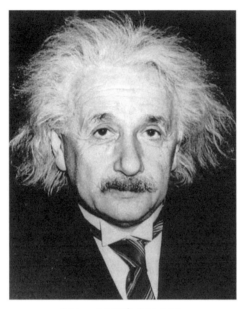

ስዕል 1፡ አልበርት አንስታይን

አልበርት አንስታይን ብዙ ጊዜ ወድቆ የተነሳ ሊቅ ነው። የሁለተኛ ደረጃ ትምህርቱን በወጉ አላጠናቀቀም። የስዊስ «ዙሪክ ፖሊ ቴክኒክ ኮሌጅ» ተፈትኖ አልተሳካለትም። ለሁለተኛ ጊዜ ለመሞከር ከዙሪክ ከተማ ብዙም ወደማትርቀው አይራው ከተማ ውስጥ በምትገኘው የካቶሊክ ት/ቤት ተመዝግቦ ያቋረጠውን የሁለተኛ ደረጃ ትምህርቱን ቀጠለ። በ1986 አንስታይን በዙሪክ ፖሊ ቴክኒክ ኮሌጅ ገብቶ ለመማር የሚያስችለውን ፈተና እንደገና ወሰደና ሕልሙን አሳካ።

ትላልቅ የፊዚክስ ግኝቶችን በማግኘት የሣይንስም የዓለምም ባለውለታ ለመሆን በቃ።

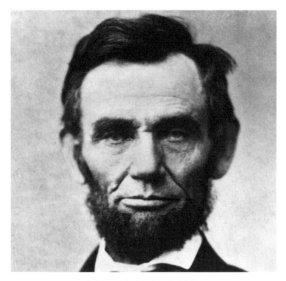

ስዕል 2: አብርሃም ሊንከን

አብርሃም ሊንከን የዩ. ኤስ. አሜሪካ 16ኛ ፕሬዚዳንት

- በ21 ዓመታቸው ቢዝነስ ጀምረው ከሰሩ
- በ22 ዓመታቸው በአካባቢ ምርጫ ተወዳድረው ተሸነፉ
- በ24 ዓመታቸው እንደገና ቢዝነስ ጀመሩ፤ ግን ዳግም ከሰሩ
- በ26 ዓመታቸው ፍቅረኛቸው ሞተውባቸው በከባድ ሃዘን ላይ ወደቁ
- በ27 ዓመታቸው የአዕምሮ መታወክ ደረሰባቸው
- በ34 ዓመታቸው ለኮንግረስ ተወዳድረው ተሸነፉ
- በ45 ዓመታቸው ለሴናተርነት ተወዳድረው ተሸነፉ
- በ47 ዓመታቸው ተፎካካሪው ፕሬዚዳንት ለም/ፕሬዚዳንትነት አጭተዋቸው ተወዳደሩ ሆኖም ተሸነፉ

- በ49 ዓመታቸው እንደገና ለሴናተርነት ተወዳድረው ተሸነፉ
- በ52 ዓመታቸው ለፕሬዚዳንትነት ተወዳድረው አሸነፉና 16ኛው እና ዝነኛ የአሜሪካ ፕሬዚዳንት ሆኑ።

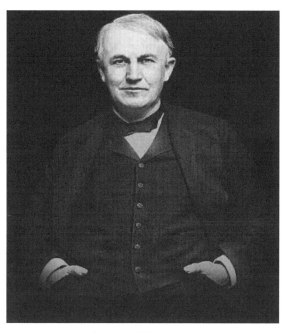

ስዕል 3: ቶማስ ኤዲሰን

ቶማስ ኤዲሰን

- *የመስማት ችግር የነበረበት ሰው ነው*
- *ተፍጨርጭሮ የገነባው ላቦራቶሪው ተቃጥሎበታል*
- *በቤት ውስጥ የሚሰራ አምፓል ለመሥራት 1000 ያህል ያልተሳኩ ሙከራዎችን   አድርጓል*
- *የመስማት ችግር የነበረበት ሰው ነው*

- *ተፍጨርጭሮ የገነባው ላቦራቶሪው ተቃጥሎበታል*
- *በቤት ውስጥ የሚሰራ አምፖል ለመሥራት 1000 ያህል ያልተሳኩ ሙከራዎችን አድርጓል*

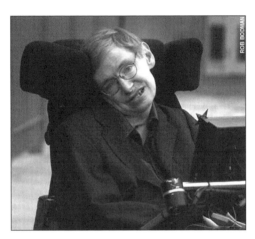

ስዕል 4: ስቴፈን ሀውኪን

ፕሮፌሰር ስቴፈን ሀውኪን
ሙሉ በሙሉ የአካል ጉዳተኛ የሆነ በሕይወት ያለ አንስታይንን ያክላል የሚባለው የፊዚክስ ሊቅ።

ለተጨማሪ መረጃ

Heath, Ralph. (2009). Celebrating Failure: The Power of Taking Risks, Making Mistakes and Thinking Big.

Maxwell, John C. (2000). Failing. Forward: How to Make the Most of Your Mistakes. Thomas Nelson Publishers,

ክፍል ሁለት፡ አመራር

“አመራር” በርካታ ምርምሮች የተሠሩበት፣ እጅግ ብዙ መፃሕፍት የተፃፈበት፣ ያም ሆኖ ግን እንቆቅልሽ ሆኖ የቆየ የእውቀትም የተግባርም ዘርፍ ነው። ይህንን ሰፊ ርዕስ በእንዲህ ዓይነት አጫጭር ጽሁፎች የመነካካት ዋነኛ ጥቅም አንባቢያን ስለ አመራር ይበልጥ እንዲያስቡበት ማበረታት ነው።

በሀገራችን መሪን ማምለክና መሪን መውቀስ ተለምዷል። አመራር ከመሪ በላይ መሆኑ፣ ከመሪው ባላነሰ ተመሪውንም የሚመለከት መሆኑን ማስታወስ የዚህ ክፍል ቀዳሚ ዓላማ ነው። ሁኔታዎችና ተግባቦት በአመራር ላይ የሚያሳድሩት ተጽዕኖ ማሳየትም ሌላኛው ዓላማው ነው።

በአገራችን በአለፉት ጥቂት ዓመታት ውስጥ በርካታ ተስፋ የተጣለባቸው መሪዎች ሲወድቁ አይተናል። የመውደቃቸው ምክንያት የእነሱ ድክመት ብቻ አለመሆኑን መገንዘብ ወደፊት ለሚመጡ መሪዎች ብርታት ይሰጣል።

መሪ (በተለይም የፓለቲካ ድርጅት መሪ) መሆን ማለት በተወጠረ ገመድ ላይ መሄድ ማለት ነው። በኢትዮጵያ ሁኔታ ደግሞ ከዚህም በላይ አደገኛ ነው። መሪ ላይ የወደቀው የኃላፊነት ብዛት በትክክል ከተገነዘብን ተከታዮች ሸክሙን ለመጋራት የበለጠ ፈቃደኝነት ይኖረናል ብዬ ተስፋ አደርጋለሁ። ይህ ደግሞ ወደፊት የተሻለ አመራር የምናገኝ መሆኑ ተስፋ ይሰጠናል።

በዚህ ክፍል ውስጥ የቀረቡት አራት ምዕራፎች በቀረቡበት ቅደም ተከተል መነበብ ያለባቸው ናቸው።

ምዕራፍ አምስት

አመራር

1. መግቢያ

ማኅበራዊ ለውጥንና እድገትን የሚመለከቱ ዓላማዎች በአንድ ወይም በጥቂት ሰዎች ጥረት የሚሳኩ አይደሉም። እነዚህ ትላልቅ ዓላማዎች እንዲሳኩ የብዙ ሰዎች የተባበረ ጥረት ያስፈልጋል። በርካታ ሰዎችን ለእንዲህ ዓይነቶቹ ግዙፍ ዓላማዎች ማነሳሳትና እና ማስተባበር ነው አመራር (Leadership) የሚባለው።

አመራርን በአንድ ዓረፍተ ነገር እንተረጉመው ቢባል የሚከተለውን የመሰለ ዓረፍተ ነገር እናገኛለን።

> *አመራር፣ ሰዎች የተለሙትን ግብ ለማሳካት የሚተባበሩዓቸውን ሰዎች ቀስቅሰው አሳምነው፣ አደራጅተው፣ መንገድ እያሳዩ ለተግባራዊ እንቅስቃሴ የሚያነሳሱበት እና እንቅስቃሴውንም የሚያስተባብሩበት ሂደት ነው።*

በአንዳንድ ውይይቶች "አመራር" (Leadership) ከ "መሪ" እና "መሪነት" ጋር ሲደባለቅ ይስተዋላል። አመራር ከላይ እንደተገፀው ሂደት (Process) ሲሆን መሪ (Leader) ግን በዚህ ሂደት ውስጥ ያለን አንድ ወይም ጥቂት ወሳኝ ሰዎችን ይመለከታል። "መሪነት" ደግሞ መሪ መሆንን የሚያመለክት ነው።

ዓላማን ለማሳካት፣ ገንዘብና ቁሳቁስ የመሳሰሉ ግብዓቶችንም ማቀናጀት የሚጠይቅ ቢሆንም እንኳን ስለአመራር ስንነጋገር ዋነኛ ትኩረታችን ሰው ላይ ነው። ሰው ከማናቸውም ሌሎች ግብዓቶች (ለምሳሌ ገንዘብ፣ ቁሳቁስ፣ መረጃ፣ ንብረት) መወዳደር በማይችል መጠን ውስብስብ ነው። ሰውን መምራት ሌሎች ግብዓቶችን ከማስተደደር የከበደ ሥራ ነው።

ኢትዮጵያዊያን በምናደርጋቸው ውይይቶች "ዋናው ችግራችን የመሪ እጦት ነው" የሚል ዓይነት ድምዳሜ መስማት የተለመደ ነው። አንዳንድ ሰዎች አገራችንን ከችግሮች ማውጣት ያልቻልነው በመሪ እጦት እንደሆነ በእርግጠኝነት ይናገራሉ።

በእነዚህ ክርክሮች ውስጥ የተወሰነ እውነት አለ ብለን ብንቀበል እንኳን "ለመሪ እጦትስ የዳረገን ምንድነው?" የሚለውን ተከታይ ጥያቄ ለማንሳት ድፍረት ሊኖረን ይገባል። አመራርን የተሳካ የሚያደርገው መሪው ብቻ አይደለም። ተከታዮች (The Led or Followers) ለተሳካ አመራር የሚያበረክቱት ድርሻ ከፍተኛ ነው። መሪ ከምንም ብቅ የሚል ክስተት ሳይሆን ከተመሪዎች የሚወጣ መሆኑና መሪም ተመሪም በአካባቢያው ሁኔታዎች (Conditions) ተጽዕኖ ውስጥ መሆናቸው እና በመካከላቸው ያለው የተግባቦት (Communication) ዓይነት የአመራርን ጥራት በከፍተኛ ሁኔታ የሚወስን መሆኑ በማኅበረሰባችን ውስጥ በቂ ግንዛቤ ያገኘ አይመስልም።

ይህንን የግንዛቤ ክፍተት በመጠኑም ቢሆን ለመሙላት ይህ ምዕራፍ አመራርን በአራቱ ዋና ዋና ክፍሎች (Components) ለመመርመር ይሞክራል። እነዚህ የአመራር ክፍሎች ተከታዮች፣ መሪ፣ ተግባቦት እና ሁኔታዎች ናቸው።

የጽሁፉ ዋነኛ ዓላማ የውይይት መነሻ ሐሳብ ማቅረብ በመሆኑ ብዙ ሊፃፍባቸው የሚገቡ ሀሳቦችን በአጭሩ ጠቅሶ ያልፋል።

2. ለአመራር አራት ወሳኝ ነገሮች

አመራር አራት ዋና ዋና አካላት አሉት - ተከታዮች፣ መሪ፣ ተግባቦት፣እና ሁኔታ። ከአራቱ አንዱ እንኳን ቢጎድል አመራር የለም።

2.1. ተከታዮች

ማንኛውም ሰው መሪ ከመሆኑ በፊት ተመሪ ወይም ተከታይ የመሆኑ ነገር ልጅ ሳይሆኑ ወላጅ መሆን እንደማይቻል ያህል ተፈጥሮዓዊ ህግ ነው። ይህንን ሀቅ “መሪ ይወለዳል እንጂ አይሠራም/አይሰለጥንም” የሚሉ ሰዎች እንኳን ይቀበሉታል። “ለመሪነት የተወለደው” ሰው እንኳን በልጅነቱ የወላጆቹ፣ የአሳዳጊዎቹ፣ የመምህሮቹ ተከታይ ሆኖ ማደጉ የግድ ነው።

አንዳንድ ሰዎች ለመሪነት፣ ብዙዎች ደግሞ ለተከታይነት ተፈጥረዋል የሚለው እሳቤ ሙሉ በሙሉ ባይጠፋም እየከሰመ ያለ አስተሳሰብ ነው።

አሁን ይበልጥ ተቀባይነት እያገኘ ያለው አስተሳሰብ ተከታዮቹ ያሉት፤ ራሱን ለቡደኑ፣ ለዓላማውና ለሁኔታዎች ተስማሚ በሆኑ ባህሪያት ያነፀ፤ እና ሁኔታዎች የተመቻቹለት ማንኛውም ሰው መሪ መሆን ይችላል የሚለው እሳቤ ነው። በዚህ እሳቤ መሠረት መሪ የሚወጣው ከተከታዮች ነው። በዘመናዊ ማኅበረሰብ ውስጥ የድርጅትም ሆነ የአገር መሪዎች መሪ ከመሆናቸው በፊት

በተከታይነት ልምድ ማካበት ይኖርባቸዋል። ጥሩ መሪዎች የጥሩ ተመሪዎች ውጤት ናቸው።

በዚህ እሳቤ መሠረት ጥሩ አመራር እንዲኖር ከሚያስፈልጉ ነገሮች አንዱ - ምናልባትም ዋነኛው - የጥሩ ተከታዮች መኖር ነው። ጥሩ ተከታይ በሌለበት ጥሩ መሪ ማውጣት ከባድ ነው።

ጠንካራ ተከታዮች የአመራሩ ምሰሶ ናቸው። መሪያቸው ጠንካራ ጎኖቹን ይበልጥ እንዲያጎለብት፤ ደካማ ጎኖቹን እንዲያሻሽል ማድረግ ይችላሉ። መሪያቸው ብቃት ከጎደለው በጊዜው ማስወገድ ይችላሉ። ደካማ ተከታዮች ግን ጠንካራውን መሪ ያደክማሉ።

በአንድ ድርጅት ወይም ማኅበረሰብ ውስጥ የአመራር ድክመት መኖር አለመኖሩ ለማጣራት መደረግ ከሚገባቸው ጥናቶች አንዱ ተከታዮችን መመዘን ነው።

ተከታዮችም ቢሆኑ “የመሪ ችግር ገጠመን”፤ "የመሪ ያለህ " እያሉ ከማማረራቸው በፊት “የምንፈልገውን አመራር ያላገኘው በእርግጥ በመሪ እጦት ብቻ ነው?” “እኛ እንዴት ያለን ተከታዮች ነን” “ሁኔታዎችን እንደምን ያሉ ናቸው?” ብለው ራሳቸውን ቢጠይቁ የተሻለ መፍትሔ ለማግኘት ይረዳል።

ስኬታማ አመራር ለማስፈን የሚረዱ የተከታዮች ባህሪያት ዝርዝር ረዥም ሊሆን ቢችልም ዋና ዋናዎቹ ከዚህ በታች ተዘርዝረዋል።

- ድርጅታቸው የቆመለትን ዓላማ የሚያስቀድሙ፤ ለዓላማቸው መሳካት ዋጋ ለመክፈል የቆረጡ፤

- የጋራ ውጤት የሚገኘው በጋራ ጥረት መሆኑን የተረዱ፤ ሳይሠሩ ውጤት ከመጠበቅ አባዜ የተላቀቁ፤
- ከ አድርባይነት ስሜት የተላቀቁ እና ቅንነት ያላቸው፤
- ለመመራት ዝግጁ የሆኑ፤ መብትና ግዴታዎቻቸውን የተገነዘቡ፤ ለድርጅታዊ ህጎች ተገዥ የሆኑ፤ እና
- ለመምራት ዝግጁ የሆኑ፤ በራሳቸው የሚተማመኑ፤ ኃላፊነት ለመውሰድ የተዘጋጁ።

2.2. መሪ

መሪ፣ አንድ የተተለመ ግብ እንዲመታ የሚያደርጉ ተግባራትን ሰዎች በግልም ሆነ በጋራ እንዲሠሩ ማስደረግ የሚችል ግለሰብ ነው። መሪ፣ ተከታዩ በራሱ ተነሳሽነት ላያደርገው ይችል የነበርን ጉዳይ ብቻ ሳይሆን ሊያደርገው የማይፈልገውንም ነገር ሊያስደርግ ይችላል። በመሠረቱ ሥልጣን ማለት አንድ ሰው ላይሠራው ይችል የነበረን ነገር እንዲሠራ ማስደረግ መቻል ማለት ነው። ከዚህ አንፃር ሲታይ መሪዎች በተከታዮቻቸው ላይ ሥልጣን ያላቸው ሰዎች ናቸው።

የተለመዱ የሥልጣን ምንጮች አምስት ናቸው። እነሱም: -

1. አርዓያነት (Referent Power) – መሪው ባሉት ተወዳጅና ተፈላጊ ባህሪያት ምክንያት ተከታዮች በሚሰጡት አክብሮት ሳቢያ የሚመጣ ታዛዥነት የሚሰጠው ሥልጣን። “ግርማ ሞገስ” የተላበሱ መሪዎች ሥልጣን ምንጭ ያ ሞገስ ያሰጣቸው በተከታዮቻቸው የሚወደድላቸው እና በአርዓያነት የሚታየው ባህሪያቸው ነው። ተከታዮች በመሪው ባህሪ ተማርከው ታዛዥ ይሆናሉ።

2. እውቀት (Expert Power) - እውቀት ሥልጣን ይሰጣል። አንድ ሰው ስለ ድርጅት ዓላማ፤ ወይም ሰውን፣ ንብረትን ሲስተሞችን በማቀናጀት ብቃት፤ ወይም ስለ ስትራቴጂና ስልት በመምረጥ (ለምሳሌ ማጥቃትና መከላከል) እና በማስፈፀም የላቀ እውቀትና ልምድ አለው ተብሎ በብዙዎች ከታመነ ይህ የሥልጣን ምንጭ ሆኖ መሪ ያደርገዋል።

3. ሕግ (Legitimate Power) - በአንድ ማኅበር ወይም ድርጅት ውስጥ ባለ የኃላፊነት የሥራ መደብ ምክንያት የበታቾችን የማዘዝ፣ የማመስገን፣ የመገሰጽ፣ የመቅጣት .... ወዘተ ሥልጣን አንድ ሰው አለው። ይህ ሥልጣን በመተዳደሪያ ደንብ እና/መዋቅር የተረጋገጠና የሥልጣን ወሰኑም በደንቡ የተወሰነ ነው።

4. መሸለም መቻል (Reward Power) - በግብዓቶች ላይ የማዘዝ ሥልጣን ያለው ሰው መታዘዝን "መግዛት" ይችላል። ሹመት፣ ማዕረግ፣ ገንዘብ፣ መሬት፣ ንብረት፣ የትምህርት እድል ... እና የመሳሰሉት ሁሉ ታማኝነትን ለመግዣ መዋል ይችላሉ። እንደ ድርጅቱና የአመራር ዓይነቱ የሚለያይ ቢሆንም መሪዎች በግብዓችና ጥቅሞች ላይ የማዘዝ ሥልጣን አላቸው።

5. ማስገደድ መቻል (Coercive Power) - ማስገደድ፣ መቅጣት፣ መጉዳት ወይም ማስፈራራት የሚችሉ ሰዎች ሌሎች ባልደረቦቻቸው ሊሰሩት የማይፈቅዱትን ነገር እንዲሠሩ ማድረግ ይችላሉ።

የመሪ ዓይነቶች ብዙ ናቸው። መሪዎች ለሰው እና ለውጤት ባላቸው የመጨነቅ መጠን ብንለካቸው ስፍር ቁጥር የሌላቸው የመሪ ዓይነቶች መኖራቸውን እንገነዘባለን። ደካማ መሪ፣ ሚስዮናዊ መሪ፣ አባታዊ መሪ፣ የተነጠለ መሪ፣ ምን ተግዶ መሪ (Laissez-faire)፣ የተዛመደ መሪ፣ የተዋሃደ መሪ፣ ቢሮክራቲክ መሪ፣ ሥራ አስኪያጅ መሪ እያልን መዘርዘር እንችላለን።

ከዚህ በታች ባለው ስዕል ለአብነት ያህል አራት ዓይነት መሪዎች ቀርበዋል።

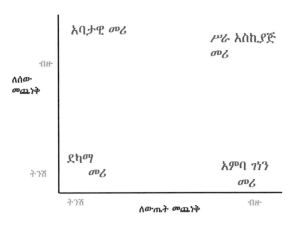

ስዕል 1: የመሪ ዓይነቶች

ደካማ መሪ

ለሥራ ውጤትም ሆነ ሥራውን እየሠሩ ስላሉ ሰዎች ደንታ የለውም። አጣብቂኝ ውስጥ ሲገባ መወሰን ይቸግረዋል። አዳዲስ አሠራሮችን ለመሞከር አይደፍርም። የተለያዩ ሀሳቦች ሲቀርቡ "መሀል ሰፋሪ"ይሆናል። አለመግባባት ሲነሳ ራሱን ለማግለል ይጥራል።

አባታዊ መሪ

ለሠራተኞች ወይም ለአባላት ደህንነት እንጂ ለሥራው ውጤት አየጨነቅም። አለመግባባቶችን በመሸምገል ጊዜ ያጠፋል። የሌሎችን ሀሳብ በቀላሉ ይቀበላል፤ በተግባር ላይ ለማዋል ሲተጋ ግን አይታይም። መመሪያዎችን

ከማውጣት ይልቅ ምክር መስጠት ይወዳል። አባታዊ መሪ ውጤት ስለማያስገኝ አባላትን ለማስደሰት የሚጥረውን ያህል ደስተኛ ተከታዮች ላይኖሩት ይችላል።

አምባገነን መሪ

ስለሥራ ውጤት እንጂ ስለ ሠራተኞች ወይም አባላት ደህንነትና ስሜት ደንታ የለውም። ቆራጥ የሥራ መሪ ነው። ደንቦችና ትዕዛዞችን ማውጣት ያበዛል። ብዙ አዳዲስ ሀሳቦችን ያፈልቃል፤ ሆኖም ግን እሱ ባሰበው መንገድ የሚያስፈጽምለት አያገኝም። ትጉህ ቢሆንም እንኳን ታማኝ ተከታዮች የሉትም፤ በዚህም ምክንያት ለውጤት የሚጨነቀውን ያህል ውጤታማ አይደለም።

ሥራ አስኪያጅ መሪ

ለሰዎችም ለሥራም ከፍተኛ ትኩረት ይሰጣል። በጋራ የውሳኔ አሰጣጥ ላይ ከፍተኛ እምነት አለው፤ ሆኖም ግን የግል ኃላፊነት ይወስዳል፤ ይሰጣልም። ሥራና ሠራተኖችን ማስተባበር ይችላል። ከፍተኛ ባለሙያ ነው። ትሁት ነው።

2.3. ስኬታማ ተግባቦት

ስኬታማ ተግባቦት /Effective Communication/ መሪዎች በተከታዮቻቸው፤ ተከታዮች በመሪያቸው እና ሁለቱም ወገኖች በድርጅታቸው ላይ እምነት እንዲጥሉ የሚረዳ ቁልፍ ነገር ነው። ስኬታማ አመራር መስጠት የሚቻለው ስኬታማ ተግባቦት ሲኖር ነው። የተግባቦቱ ዓይነትና አፈፃፀም በመሪና በተከታዮቹ መካከል ያለው ግኑኝነት እንዲጠናከር አሊያም እንዲበላሽ ያደርጋል።

ስኬታማ ተግባቦትን በተመለከተ ሁለት ነገሮች አጽንዖት ሊሰጣቸው ይገባል - የሥራ ዘገባዎች፣ እና የሰው ለሰው ግኑኙነት።

2.3.1. የሥራ ዘገባዎች

ስኬታማ አመራር እንዲኖር መረጃዎች ለመሪው መድረስ አለባቸው። በድርጅት ውስጥ ወቅታዊ /periodic/ እና ወቅት የማይጠብቁ ሪፓርቶች መኖር አለባቸው። የቃልም ሆነ የጽሁፍ ዘገባዎች (ሪፓርቶች) በሀቅ ላይ የተመሠረቱ መሆን አለባቸው።

እቅድና በጀት እጅግ አስፈላጊ የመረጃ ዓይነቶች ናቸው፤ ለስኬታማ አመራር ወሳኝ ናቸው።

ጥሩ አመራር የታወቀ እዝ ሊኖረው ይገባል። በድርጅት ውስጥ የታወቀ የሥራ ድልድል ሊኖር ይገባል። በተለይ እያንዳንዱ ሰው ለማን ሪፓርት እንደሚያደርግ፤ በምን ያህል ጊዜ እና በምን ሁኔታ ሪፓርት ማድረግ እንዳለበት ሊታወቅ ይገባል።

2.3.2. ሰዋዊ (human) ግኑኙነቶች

ሰዋዊ ግኑኙነቶች ለመሪዎች በጣም አስፈላጊ ናቸው። ሰዎችን በትህትና መቅረብ ለመሪዎች እጅግ አስፈላጊ ባህርይ ነው። ትህትና የተሞላባቸው አነጋገሮችን መልመድ ለመሪዎች በጣም ይጠቅማል።

ለምሳሌ

- መሪ ስህተት በሠራ ጊዜ "ስህተት ሠርቻለሁ፤ አጥፍቻለሁ። የምቀጣውን እቀበላለሁ" ቢል ያምርበታል።
- ተከታዮች ጥሩ በሠሩ ጊዜም "በጣም ጥሩ ሠርተሃል/ሠርተሻል" ቢል ትልቅ ማበረታቻ ነው።
- ከውሳኔ በፊትም "በዚህ ጉዳይ ላይ ምን አስተያየት አለህ/አለሽ?" ብሎ መጠየቅ ከብዙ ቅስቀሳ በላይ የአባላትን ተሳትፎ የሚያበረታታ ልማድ ነው።
- "አመሰግናለሁ" ሊለመድ እና ሊዘውተር የሚገባ ቃል ነው።

2.4. ሁኔታ

በአንድ ሁኔታ ውጤታማ የነበረ የአመራር ስልት በሌላ ሁኔታም ይሠራል ማለት አይደለም። ሁኔታዎች ሲለወጡ የአመራር ስልትም መለወጥ ይኖርበታል። ሁኔታን በተመለከተ በሚከተሉት ላይ ትኩረት መሥጠት ያስፈልጋል - ጉዳዩ /Issue/ ፣ የአጣዳፊነት መጠን፣ የተከታዮች ዓይነት፣ እና ባህል።

2.4.1. ጉዳዩ /Issue/

የተለያዩ ጉዳዮች የተለያዩ የአመራር ዓይነቶች ይፈልጋሉ። ውትድርናና መምህርነት የተለያዩ ሥራዎች እንደመሆናቸው የሚፈልጉትም የአመራር ዓይነት ይለያያል። ወታደራዊ አመራር የተማከለ፣ ጥብቅ እና ትዕዛዝ ላይ ያተኮረ እንዲሆን ሙያው ግድ ይላል። በአንፃሩ የአካዳሚ አመራር ብዙ ነገሮችን ለመምህራኑ የግል ውሳኔ ሊተው ይችላል። እንደዚሁም፣ የፓለቲካ ድርጅት አመራር ከቢዝነስ ኮርፓሬሽን አመራር ይለያል። የሃይማኖት ተቋማት አመራር እና መንግሥታዊ አመራር የተለያዩ ናቸው።

ከላይ በምሳሌነት የተዘረዘሩት እና የሌሎች የሥራ መስኮች አመራሮች በርካታ የጋራ ባህሪያት ያላቸው መሆኑ ቢታመንም ልዩነቶቻቸውን አሳንሶ ማየት ግን ጉዳት አለው።

በተለያዩ የአመራር ጉዳዮች መሪዎች ተከታዮቻቸውን ለማነቃቃት የሚጠቀሙባቸው ስልቶችም በጣም የተለያዩ ናቸው። ወታደራዊ ሹመት ለወታደራዊ አመራር፤ የአካዳሚ እውቅና ለአካዳሚ ተቋማት፤ ቅድስና ለሃይማኖት ተቋማት፤ ትርፍና ቦነስ ለቢዝነስ ተቋማት መሪዎችና ተከታዮች ጥሩ ማነቃቂያዎች ሊሆኑ ይችላሉ።

ለነፃነት የቆሙ ድርጅቶ መሪዎችና ተከታዮች ያላቸው ማነቃቂያ የድርጅታቸው ርዕይ[2] ነው፤ እሱ ደግሞ ሁሌ ፍንትው ብሎ ላይታይ ይችላል። ለማጠቃለል፣ ጥሩ አመራር እንዲኖር ለጉዳዩ ተስማሚ የሆነ የአመራር ስልት ተግባራዊ መሆን ይኖርበታል።

2.4.2. የአጣዳፊነት መጠን

"ጊዜ" በአመራር ውስጥ እጅግ ወሳኝ የሆነ ነገር ነው። ጊዜ ካለ በእያንዳንዱ ነገር በዝርዝር ተወያይቶ ሁሌም ውሳኔዎች በሙሉ ድጋፍ እንዲያልፉ ማድረግ ይመረጣል። ችግሩ ግን ለዚህ የሚሆን ጊዜ ሁሌ አይገኝም። ከዚህ አንፃር በተዝናና ሁኔታ እና በአጣዳፊ ሁኔታ ውስጥ ላይ የሚኖሩ አመራሮች የተለያዩ ናቸው። በተዝናና ሁኔታ ላይ አመራር አድማጭ፣ አሳታፊ፣ ምክር ጠያቂ እና

---

[2]. በዚህ መጽሐፍ ውስጥ Vision የሚለውን የእንግሊዝኛ ቃል “ርዕይ” በሚል የአማርኛ ቃል ተተርጉሟል። በልማድ አዘውትረን የምንጠቀምበት “ራዕይ” መንፈሳዊ ለሆነው Revelation ይቀርባል የሚሉ ወገኖች ከርክር አሳምኖኛል።

ለስላሳ መሆን ይችላል። አጣዳፊ በሆነ ሁኔታ ግን እነዚህ ሁሉ የሉም። በጣም አጣዳፊ በሆነ ሁኔታ ውስጥ መሪ ብቻውንም ቢሆን ውሳኔ መስጠት አለበት።

ከጠላት ጋር በጦርነት ሁኔታ ውስጥ ያለን አመራር አሳታፊ አልሆንክም ብሎ መኮነን አመራሩን ማዳከም ነው።

2.4.3. የተከታዮች ዓይነት

አመራር በተከታዮች ዓይነትም ይወሰናል። ይህ ርዕሰ ጉዳይ እላይ የተነሳ በመሆኑ የተለያዩ ተከታዮች የተለያየ አመራር የሚያስፈልጋቸው መሆኑን አስታውሶ ማለፍ ይበቃል።

2.4.4. ማኅበራዊ ባህል

አመራር ከባህል ጋር በበርካታ ክሮች የተሳሰረ ነው። ለባህሉ ተስማሚ ያልሆነ አመራርና መሪ ተቀባይነት የለውም። ለምሳሌ የገጠር እና የከተማ አስተዳደሮች አንድ ዓይነት አይደሉም። የተለያዩ ሃይማኖቶች ባሉበት አገር ውስጥ የፖለቲካ አመራር ሃይማኖቶችንም ማቻቻል ይጠበቅበታል።

2.5. ማጠቃለያ

አመራር አራት ዋና ዋና አካላት አሉት። ተከታዮች፣ መሪ፣ ተግባቦት፣እና ሁኔታ። ከአራቱ አንዱ እንኳል ቢጎድል አመራር የለም። የአመራር ችግር ሲያጋጥም አራቱንም አካላት መፈተሽ ይገባል።

***

ለተጨማሪ መረጃ

የምዕራፍ ስምንት መጨረሻ ይመልከቱ

ምዕራፍ ስድስት

የጥሩ መሪ እና ተመሪ ባህሪያት

1. ጥሩ መሪ

ጥሩ መሪ መሆን በተከታዮች እና በውጤት የሚሰጥ እውቅና ነው። ጥሩ መሪነት በአንድ በኩል ተከታዮች “እከሌ መሪዬ ነው፤ እከሊት መሪዬ ናት” በማለት በሚሰጡት እውቅና መጠን የሚደረስበት ደረጃ ሲሆን በሌላ በኩል ደግሞ በመሪው አመራር ድርጅቱ ዓላማውን በማሳካቱ መጠን ይለካል።

ጥሩ መሪ ለመሆን የሚያስፈልጉ ባህሪያትና ችሎታዎች እጅግ በርካታ ቢሆኑም አምስት ዋና ዋና ማሳያዎች ላይ እናተኩራለን። እነዚህም ርዕይ (ማለትም ግልጽ የሆነ የሩቅ ጊዜ እይታ) /Vision/ የመንደፍ ችሎታ፣ ጥልቅ የሆነ ስሜት /Passion/፣ የማሳመን ችሎታ፣ የማደራጀት ችሎታ፣ እና የመወሰን ችሎታ ናቸው።

1.1. ርዕይ

መሪ ከርዕዩ ሌላ የሚሰጠው ነገር የለውም። መሪ ሰዎችን የሚያግባባው፤ ተከታዮቹን የሚያነቃቃው፣ የሚያደራጀው፣ የሚያታግለው በርዕዩ ነው። “አብረን ከቆምን፤ ጠንክረን ከታገልን እዚያ መልካም ሥፍራ መድረስ እንችላለን” እያለ ምኞቱ ምኞታቸው፤ ጉጉቱ ጉጉታቸው፤ ሕልሙ ሕልማቸው

እንዲሆን ማድረግ ነው የመሪ ትልቁ ሥራ። ለዚህም ነው ታላቅ መሪ ባለርዕይ /Visionary/ መሆን ይኖርበታል የሚባለው። ርዕይ የሌለው መሪ ብቁ መሪ አይደለም።

ግልጽ ላልሆነ ግብ እንኳንስ ሌሎች ሰዎችን የገዛ ራስንም ማነቃቃት ይከብዳል። ግልጽ የሆነ ርዕይ፣ ዓላማ እና ግብ መኖር የጥሩ መሪ የመጀመሪያው እና ትልቁ መለያው ነው።

ጥሩ መሪ መድረሻውን የሚያውቅና ወደ መድረሻው እየተጓዘ የቀረውን ጉዞ በተመለከተ አማራጭ መንገዶችን እያሰላሰለ የሚኖር ሰው ነው።

1.2. ጥልቅ ስሜት

ጥሩ መሪ ለዓላማው፣ ለድርጅቱ፣ ለተከታዮቹ፣ እና ለድርጅቱ ደንቦችና መመሪያች ከፍተኛ ፍቅር እና አክብሮት ያለው ሰው ሊሆን ይገባል።

በሥራ አስኪያጅ (Manager) እና በመሪ (Leader) መካከል ያለው ትልቁ ልዩነት የዚህ ስሜት ጥልቀት ነው። ማኔጀሮችም ቢሆኑ ድርጅታቸውን፣ ሠራተኞቻቸውን ይወዳሉ ሕይወታቸውን ግን አይሰውላቸውም። ጥሩ መሪ ግን ለዓላማው፣ ለድርጅቱና ለተከታዮቹ ሕይወቱን ይሰጣል፤ ከእነዚህ የሚበልጥበት ነገር የለውም። ጥሩ መሪ የድርጅቱን ደንቦችና መመሪያዎች ከሚያዙት በላይ ይከውናል፤ ደንብ ከሚከለክላቸው ነገሮችም ደንቡ ከሚያዘው በላይ ራሱን ይገድባል። መሪ የአመራር ሥራውን የሚከውነው ጥልቅ በሆነ የኃላፊነት መንፈስና ፍቅር ነው።

1.3. የማሳመን ችሎታ

መሪ ከፍተኛ የሆነ የማሳመን ችሎታ ሊኖረው ይገባል።

ሰዎችን ለማሳመን ከሁሉ አስቀድሞ ጥሩ አድማጭ መሆን ይገባል። ጥሩ መሪዎች ከፍተኛ ድርሻ ያለው የሥራ ጊዜዓቸውን ለማዳመጥ ይመድባሉ። ተከታዮች አስተያየታቸውና አቤቱታቸውን የሚያዳምጥ መሪ ይፈልጋሉ። ጥያቄዓቸው መፍትሔ ባይኖረው እንኳን በመደመጣቸው ሊረኩ ይችላሉ። ለዓላማቸው መሳካት፤ ለድርጅታቸው ጥንካሬ የሚያቀርቧቸው አስተያየቶች እንዲሰሙላቸው ይፈልጋሉ። ተከታዮቹን የማያዳምጥ መሪ ተከታዮችን ያጣል፤ ቢናገርም የሚሰማው አይኖርም።

ጥሩ መሪ ጥሩ መረጃ አጠናቃሪ መሆን ይኖርበታል። መረጃዎችን ከተለያዩ ምንጮች መሰብሰብ እና መተንተን የመሪው የግል ኃላፊነት ነው። አጠገቡ ያሉ ሰዎች የነገሩት ሁሉ እውነት እንደሆነ ወስዶ ውሳኔ የሚሰጥ መሪ ጥሩ መሪ አይደለም።

ጥሩ መሪ ጥሩ ተናጋሪ መሆን ይጠበቅበታል። መሪ አንደበተ ርቱዕ ለመሆን መጣር አለበት። የመሪነት ሥራዎች በአብዛኛው የሚከናወኑት በሰው ከሰው ግኑኝነቶች በመሆኑ ተናግሮ ማሳመን የማይችል መሪ ጥሩ መሪ ሊባል አይችልም፡

ስለሆነም መሪ ከፍተኛ የሆነ የማሳመን ችሎታ ሊኖረው ይገባል ሲባል 1ኛ ጥሩ አድማጭ፣ 2ኛ ጥሩ መረጃ አጠናቃሪ፣ እና 3ኛ ጥሩ ተናጋሪ መሆን አለበት ማለት ነው።

ለመደመጥ:

1. “ዝም ብለህ እኔን ስማኝ አትበል” - ለመደመጥ የሆነ ነገር ስጥ (ለምሳሌ ፈገግታ፣ ሞቅ ያለ ሰላምታ ....)
2. እጥረትን ፍጠር - (ለምሳሌ የጊዜ እጥረት “ዛሬ ይህ መረጃ ካመለጠህ ነገ ሊረፍድ ይችላል)
3. በምትናገረው ጉዳይ ላይ የተወሰለ ሥልጣን ያለህ መሆኑ አሳወቅ (ለምሳሌ እውቀት አንድ የሥልጣን ምንጭ ነው ባለሙያ ሲናገር የመሰማት እድሉ ከፍተኛ ነው)
4. አድማጭ ተከታታይ አዎንታዊ ምላሽ እንዲሰጥ ማድረግ - አንዴ “አዎ” ያለ ሰው ለተከታታይ አስተያየቶች አዎንታ እንዲሰጥ ማድረግ ይቀላል።
5. አድማጭ በሚወደው ነገር መጀመር።
6. ስምምነት - ብዙ ሰው በተስማማበት ነገር የመስማማት አዝማሚያን መጠቀም (ለምሳሌ ብዙ ሰው ሲስቅ እንደሚሳቀው ዓይነት)

1.4. የማደራጀት ችሎታ

መሪ ተከታዮችን ማወቅ እና እንደ ዝንባሌያቸውና ችሎታቸው መመደብ ይኖርበታል። መሪ ሥራና ሰውን የማቀናጀት ጥበብ ሊኖረው ይገባል።

አንድ መሪ የአንድ ድርጅት የጥንካሬ መሠረቶች (1ኛ) ድርጅታዊ መዋቅር፣ (2ኛ) ድርጅታዊ ባህል እና (3ኛ) ግብዓቶች (በተለይም ሰው) መሆናቸው ያውቃል፤ እነዚህን የጥንካሬ መሠረቶችን ለማጥበቅ ይጥራል።
ብልህ መሪ ስትራቴጂያዊ ግብን ለመምታት ተስማሚ ድርጅታዊ መዋቅር መኖሩ ወሳኝ ጉዳይ መሆኑ ያውቃል። በዚህም መሠረት ድርጅቱ ተልዕኮውን

ለማሳካት በሚያመቸው መንገድ መደራጀቱን ያረጋግጣል። ድርጅታዊ መዋቅር ከእዝ ሰንሰለት ባሻገር በደንቦች፣ በመመሪያዎች፣ በኃላፊነት ዝርዝሮች መታገዝ እንዳለበት ያውቃል።

ጠንካራ መሪ፣ ዲሲፕሊን የድርጅታዊ ባህል መሠረት መሆኑ ያውቃል። መሪ፣ በጠንካራ ዲሲፕሊን ያልተገነባ ድርጅት ያለመውን ማሳካት እንደሚቸግረው ይገነዘባል። ስለሆነም ጠንካራ ዲሲፕሊን የድርጅቱ ባህል እንዲኖር ይጥራል። ጥሩ መሪ የድርጅት ትልቁ ሀብት አባላቱ መሆናቸውን ስለሚረዳ የአባላትን ብቃት ለማጎልበት ይጥራል፤ የአባላትን ተሳትፎ ለማጎልበት መድረኮችን ያመቻቻል።

ልዩነቶች ጠፍተው ሁሉም አንድ አይነት እንዳይሆን፤ በተቃራኒው ደግሞ ልዩነቶች ሰፍተው ድርጅቱ እንዳይበጣበጥ በቅራኔዎች አፈታት ጥበብ የተካነ መሆን ይኖርበታል።

1.5. የመወሰን ችሎታ

የተዋጣለት መሪ ተገቢው ውሳኔ በተገቢው ወቅት መስጠት የሚችል መሆን ይኖርበታል። የዘገየ ውሳኔ ጥሩ እንዳልሆነ ሁሉ የተቻኮለ ውሳኔን ከፍተኛ ጉዳት የሚያመጣ ሊሆን ይችላል። ውሳኔዎች በመረጃ መደገፍ ቢኖርባቸውም መረጃዎች ተሟልተው በማይገኙበት ወቅት ስሜትን ማዳመጥ (intuition) ተገቢ ሊሆን ይችላል።

የተዋጣለት መሪ ለውሳኔ አሰጣጥ የሚረዱ ቴክኒኮችን ማወቅ ይጠበቅበታል።

2. ጥሩ ተከታዮች

ታላላቅ መሪዎች የሚወጡት ከታላላቅ ተከታታዮች መሆኑ ቀደም ሲል ተጠቅሷል። ጠንካራ ተከታዮች የአመራሩ ምሰሶ ናቸው። ጠንካራ ተከታዮች መሪያቸው ጠንካራ ጎኖቹን ይበልጥ እንዲያጎለብት፣ ደካማ ጎኖቹን እንዲያሻሽል ማድረግ ይችላሉ። ጠንካራ ተከታዮች መሪያቸው ብቃት ከጎደለው በጊዜው ማስወገድ ይችላሉ፣ ደካማ ተከታዮች ግን ጠንካራውን መሪ ያደክማሉ።

ተከታዮች ከመሪያቸው ጋር የሚያደርጉት ግኑኝነት ሁለት ጽንፎች አንዱ መሪያቸውን መደገፍና መመሪያዎችን ያለ ጥያቄ መተግበር ሲሆን ሌላው ደግሞ መሪን መገዳደር (ማለትም መቃወም) ነው። እነዚህ ሁለት ጽንፎችን እንደ መመዘኛ ብንወስድ ከዚህ በታች ባለው ስዕል እንደተመለከተው አራት ዓይነት ተከታዮችን ለይተን ማውጣት እንችላለን።

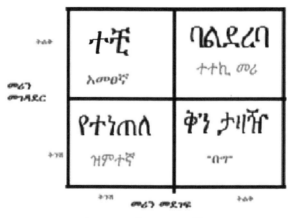

ስዕል ፤፡ የተከታይ ዓይነቶች

2.1. የተነጠሉ ተከታዮች

በአንዳንድ ድርጅቶ ውስጥ በርከት ያሉ ተከታዮች ከመሪያቸው የተነጠሉ ሊሆኑ ይችላሉ። ከመሪያቸው የተነጠሉ ተከታዮች መሪያቸው በመደገፍም ሆነ በመገዳደር ረገድ እምብዛም ሚና የላቸውም። እነዚህ ተከታዮች ለድርጅቱም ሆነ ለመሪው ሊሰጡ የሚችለውን ያህል አስተዋጽዖ እያበረከቱ አይደለም። እነዚህ እያሉ የሌሉ ተከታዮች ናቸው። ብዙዉን ጊዜ "ዝምተኞች" በሚል መጠሪያ ይታወቃሉ።

2.2. ቅን ታዛዥ ተከታዮች

እነዚህ መሪያቸውን የሚያመልኩ፣ የታዘዙትን ያለ ጥያቄ የሚተገብሩ ተከታዮች ናቸው። "በጎች" (ሲከፋም "ተላላኪዎች") እየተባሉ የሚንጓጠጡ ቢሆንም በርካታውን የድርጅቱን ሥራ የሚሸከሙት እነዚህ ታዛዦች ተከታዮች ናቸው። እነዚህ ተከታዮች ለጊዜው መሪዎች የሚመቹ እና ሥራዎችን የሚያቀላጥፉ ቢሆንም ለረዥም ጊዜና ወሳኝ አመራር (strategic leadership) እጅግም የሚጠቅሙ አይደሉም። ታዛዥ ተከታዮች መሪያቸው በተሳሳተ ወቅት ማረም አይችሉም። ከዚህም በተጨማሪ መሪን በማምለክ ለአምባገነንነት የተመቻቸ ሁኔታ ይፈጥራሉ።

2.3. ተቺ ተከታዮች

እነዚህ ደግሞ የመሪያቸውን ጥፋቶች እያደኑ ለማሳጣት በተጠንቀቅ ያሉ መሪያቸውን በሥራ ለማገዝ ግን ፈቃደኞች ያልሆኑ ተከታዮች ናቸው። ተቺ ተከታዮች አንዳንዴ የተለየ ሀሳብ በማቅረብ ድርጅቱን ለለውጥ የሚያዘጋጁ ቢሆንም "መቃወምን ብቻ" ሥራቸው አድርገው የወሰዱ በመሆናቸው (ማገዝ ላይ ዝቅተኛ ስለሆኑ) ከጥቅማቸው ጉዳታቸው ሊበልጥ ይችላል። በመሪዎች መካከል ትንሽ ቅራኔ ሲኖር ያንን እያራገቡ የድርጅቱን ሕልውና ስለሚፈታተኑ በተለምዶ "አመፀኞች" የሚል ስያሜ ተሰጧቸዋል።

2.4. ባልደረባ ተከታዮች

እነዚህ ናቸው ጥሩ ተከታዮች የሚባሉት። ጥሩ ተከታዮች የመሪያቸው ባልደረባዎች ናቸው። ባልደረባ ተከታዮች መሪያቸውን በከፍተኛ ሁኔታ ያግዛሉ። ኃላፊነታቸውን በከፍተኛ ብቃት ይወጣሉ። መሪያቸው ሲሳሳትም አምርረው ይቃወማሉ። እነዚህ ተከታዮች በጥሩ ጊዜ ብቻ ሳይሆን በመጥፎ ጊዜም በጎኑ በመሆናቸው ለመሪው እንደቅርብ ባልደረባ ናቸው።

2.5. ጥሩ ተከታዮች እና መሪያቸው

እንደማንኛውም ሰው መሪዎች ስለራሳቸው የሚያውቁት አለ፤ የማያውቁትም አለ። አንድ ሰው "እኔ ስለራሴ 100% አውቃለሁ ቢል እውነት አይደለም። ማንም ስለገዛ ራሱ 100% ማወቅ አይችልም። ለዚህም ነው "በዚህ ነገር ጎበዝ ነህ ቀጥልበት፤ ይሄ ግን ያንተ ቦታ አይደለም" ወይም "ይሄ ያምርብሃል፤ ይኸኛው ግን አያምርብህም" የሚል ወዳጅ የሚያስፈልገን።

ተከታዮችም ስለመሪያቸው የሚያውቁት አለ፤ የማያውቁትም አለ። አንድኅን ሰው 100% አውቃለሁ ማለት ዘበት ነው።ተከታዮች ስለመሪያቸው ፍጹም ሙሉ የሆነ እውቀት ሊኖራቸው አይችልም።

መሪው ስለራሱ የሚያውቀውና የማያውቀው እና ተከታዮች ስለመሪያቸው የሚያውቁትና የማያውቁት ሲጣመር ከዚህ በታች ባለው ሠንጠረዥ የተቀመጡ አራት የመሪ ማንነቶችን ይፈጥራሉ[3]።

ተከታዮች
ስለ መሪያቸው

	የሚያውቁት	የማያውቁት
የሚያውቀው **መሪ**	የመሪው **I** ገሃድ ማንነት (The Public Self)	የመሪው **III** ምስጢራዊ ማንነት (The Secrete Self)
ስለራሱ የማያውቀው	መሪው **II** የማያውቀው ማንነት (The Blind Self)	ማንም **IV** የማያውቀው ማንነት (The Unknown Self)

ስዕል 2: የጆሃሪ መስኮት

መስኮት 1: "ገሃድ ማንነት" መሪው ስለራሱ የሚያውቀው ሌላም ሰው የሚያወቀው እሱነቱ ነው። ይህ ማንነት በራሱ፣ በመሪውም በተከታዮችም በይፋ በሚታወቁ ችሎታዎችና ድክመቶች፣ መልካምና ክፉ ባሪያት የተገነባ

---

3 . ይህ Johary window ይባላል።

ነው። ተከታዮች መሪያቸውን በመሪነት የተቀበሉት እነዚህን አውቀውና ተቀብለው ነው።

“ጆሮ ለባለቤቱ ባዳ ነው” እንዲሉ ተከታዮች የሚያውቁት መሪው ግን የማያውቃቸው ነገሮችም ይኖራሉ። በተለይ በመሪዎች ላይ በሀሜት መልክ የሚሠራጩ ከመሪው በስተቀር ሌላ ሰው የሚሰማቸው ጥሩም መጥፎም ነገሮች ሊኖሩ ይችላሉ። መሪው የማያውቀው ሌሎች የሚያውቁት ችሎታ ይኖረው ይሆናል። እንደዚሁም መሪው ያልተገነዘበው ሌሎች ግን ያስተዋሉት ድክመት ይኖርበት ይሆናል። ይህ መስኮት II ላይ የተመለከተው የመሪው ማንነት ነው። የቅርብ ባልደረባ የሆነ ተከታይ ነው ስለእነዚህ ነገሮች ለመሪው ደፍሮ ሳያስቀይም መናገር የሚችለው።

እንደ ማንኛውም ሰው መሪም የራሱ ምስጢሮች ይኖሩታል። እነዚህ ምስጢሮች እሱ ብቻ የሚያውቃቸው ሌላ ማንም የማያውቃቸው ባህርያትና ችሎታዎች ሊሆኑ ይችላሉ። እነዚህ ነገሮች በመስኮት III የተመለከተውን ማንነት ይፈጥራሉ።

በመጨረሻም፤ ሰው በተፈጥሮው ምስጥራዊ ነው። ለገዛ ራሳችን ለሌላም ሰው የማይታወቁ ባህሪያትም ሆነ ችሎታዎች አሉን። በተለይ የፈጠራ ሰዎች (ለምሳሌ ደራሲያን) ይህን ድብቅ “ዓለም” ለመውረር ጥረት ያደርጋሉ። ይህ በመስኮት IV የተመለከተው ማንነት ነው።

ማንኛውም ሰው እነዚህ አራት ማንነቶች ይኖሩታል ተብሎ ይታመናል።

የአራት መስኮቶች ስፋት ግን እኩል እንዲሆን አይፈለግም። ራስን እየደበቁ ግልጽነትን እና ተጠያቂነትን ማስፈን አይቻልም። ስለሆነም የጥሩ መሪዎች ገሀድ

እነሱነት (Public Self) ሰፊ እንዲሆን ይጠበቃል። ይህ ሊሳካ የሚችለው ባልደረባ ተከታዮች ሲኖራቸው ነው። መሪዎች ለሚጠራጠሩት እና/ወይም ለሚጠራጠራቸው ተከታይ ግልጽ መሆን አይችሉም። ተከታዮችም የአቻነት ስሜት ካልተሰማቸው ስህተቶችን ሊፈጽሙ ደፍረው መናገር ይከብዳቸዋል።

ጥሩ ተከታዮች ከመሪያቸው ጋር በሚያደርጉት ተከታታይ ውይይቶች፤ ሂስና ግለሂሶች፤ የእርስ በርስ መማማሮች አማካይነት የመሪያቸውን (እና የራሳቸውንም) ግልጽነት መስኮት ያሰፋሉ። በጥሩ ተከታዮች የተከበበ መሪ ከዚህ በታች ያለውን ስዕል የመሰለ ሰፊ ግልጽነት ይኖረዋል። እንዲህ ዓይነቱ መሪ ብዙም የተደበቀ ነገር ስለሌለው የሚፈራው ነገር የለም።

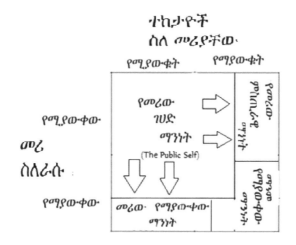

ተከታዮች
ስለ መሪያቸው

የሚያውቁት ፡ የማያውቁት

የመሪው
ገሀድ
ማንነት
(The Public Self)

መሪ
ስለራሱ

የሚያውቀው ፡ የማያውቀው

መሪው የማያውቀው ማንነት

ተፈሪ ከፍ ማስኬ -ውግዝ

ተፈሪው ወቀ-ወ(ልልወ) ውርሬ

ስዕል 3: የጆሃሪመስኮት በሰፊ የገሀድ ማንነት

ጥሩ ተከታዮች ግልጽነትና ተጠያቂነት ያለበት አማራ እንዲኖር ከፍተኛ አስተዋጽዖ ያደርጋሉ። ከመሪያቸው መማር ብቻ ሳይሆን ያስተምራሉም።

73

መሪ ለአደጋ የተጋለጠ ነው። ትንሽም ስህተት በመሪ ሲፈጸም ይገናል። ይህንን አደጋ የሚከላከሉ ባልደረባ የሆኑ ተከታዮች ናቸው።

የጥሩ ተከታይ ባህሪያትን በሚከተሉት ነጥቦች ማጠቃለል ይቻላል። ጥሩ ተከታይ

1. ለጋራ ዓላማ መሳካት ኃላፊነት ይወስዳል። ይህ የመሪው ግዴታ ነው አይልም።
2. የድርጅቱን መርሆዎች ያከብራል። ለድርጅቱ እድገት ተግቶ ይሠራል።
3. መሪውን ከልቡ ያገለግላል። የመሪው "ጀሌ፣ ተላላኪ ..." የሚሉ አሉባልታዎች አይረብሹትም።
4. መሪው ሲሳሳት አይቶ ዝም አይልም። የእርምት ሀሳብ ያቀርባል በእርምት ይሳተፋል።
5. ዘወትር ትምህርት ላይ ነው። ድርጅቱ ትምህርት ቤቱም ጭምር ነው።

***

ለተጨማሪ መረጃ

የምዕራፍ ስምንት መጨረሻ ይመልከቱ

ምዕራፍ ሰባት

የአመራር ወለፈንዲዎች

ወለፈንዲ (paradox) ተቃርኖ ነው። አንድ ነገር እና ተቃራኒው እኩል ተቀባይንት ካላቸው ወለፈንዲ ነው። አንድ ሰው በአንድ ጊዜ አንድን ነገር አድርግም አታድርግም ከተባለ ወለፈንዲ ነው። በዚህ ሁኔታ ውስጥ ያለ ትዕዛዝ ተቀባይ ምን ማድረግ እንዳለበት ይቸግረዋል፤ ማድረግ መጥፎ ነው፤ አለማድረግም መጥፎ ነው።

መሪነት በበርካታ ወለፈንዲዎች የታጀበ አስቸጋሪ ሂደት ነው። ስኬታማ መሪ ለመሆን በወለፈንዲዎች መካከል ባለ ቀጭን ክር ላይ ተዝናንቶ መቆም ያስፈልጋል። በኢትዮጵያ ሁኔታ ደግሞ በወለፈንዲዎች ከተወጠረችው ክር ሥር በርካታ ሹል ምስማሮች ተሰክተዋል። መሪዎቻችን በዚህ ሁኔታ ውስጥ ነው ያሉት።

ከዚህ በታች ጥቂት የታወቁ የመሪነት ወለፈንዲዎችን እናነሳለን። በእያንዳንዱ ላይ በርካታ ገጾች ሊፃፍ የሚችል ቢሆንም አንባቢያን በውይይት ያዳብሩታል በሚል ተስፋ እያንዳንዱን በጥቂት ዓረፍተ ነገሮች በመግለጽ እንወሰናለን።

6.1. ለውጥ እና ሥርዓት

ጥሩ መሪ የለውጥ ሃዋሪያ ነው። ለለውጥ ያልተነሳሳ ሰው መሪ መሆን አይችልም። ለውጥ ደግሞ ነባር ህጎችንና ልማዶችን መቃወም እና በአዳዲስ ህጎችና ልማዶች እንዲተኩ መጣር ይጠይቃል። ለውጥ ማፍረስን ይጠይቃል።

መሪ ህግን አክባሪ ነው፤ ባህል አክባሪ ነው። መሪ ያላከበረው ህግ መቸም ቢሆን ሊከበር አይችልም። ልማዶችንም ማክበር ከጥሩ መሪ የሚጠበቅ ተግባር ነው። መሪ የሥርዓት ምንጭ ነው።

ለውጥንና ሥርዓትን በአንድ ጊዜ መጠበቅ በጣም አስቸጋሪ ወለፈንዲ ነው። በሁለቱ መካከል ክር መኖሩ እንኳን በእርግጠኝነት መናገር አስቸጋሪ ነው። መሪዎች አንዴ ህግ ሲያፈርሱ፤ ሌላ ጊዜ ደግሞ ደንቦችን ሲደነቡ የምናየው በዚህ አጣብቂኝ ውስጥ በመኖራቸው ነው።

6.2. መምሰል እና መለየት

ጥሩ መሪ ተከታዮችን መምሰል አለበት። ተከታዮች ሲራቡ መራብ፤ ሲታረዙ መታረዝ አለበት። ተከታዮች የሚሠሩትን ሥራ እሱም መሥራት አለበት። መሪ በሁሉም ረገድ ለተከታዮቹ አርዓያ መሆን አለበት።

መሪ ከተከታዮቹ መለየት አለበት። አለበለዚያማ ምኑን መሪ ሆነው? ተከታዮቹም ቢሆኑ መሪያቸው ከእነሱ በምንም የሚለይ አለመሆኑን ሲያዩ በመሪነት መቀበል ይቸግራቸዋል።

ውትድርና ውስጥ መኮንኖችና ተራ ወታደሮች የሚመሳሰሉበት በርካታ ነገሮች ቢኖሩም የሚለያዩባቸው ነገሮች እንዲኖሩ የሚደረግበት (ለምሳሌ ምግም ቤት፣ መኝታ) አንዱ ምክንያት ከመጠን በላይ መመሳሰል አመራሩን ስለሚጎዳው ነው። ጥሩ አባት ልጁን ማቅረብ አለበት ሆኖም የልጁ ምርጥ ጓደኛ ለመሆን ቢሞክር ልጁንም ራሱን አይጠቅምም።

6.3. የሥራ ሰው እና የሐሳብ ሰው

ጥሩ መሪ ተግባር ላይ እንዲያተኩርና የሥራ ሰው (The Doer) እንዲሆን ይፈለጋል። "ወሬ በዛ! የተግባር ሰው አጣን" የሚሉ እሮሮዎች በብዛት ይሰማሉ። አዎ እውነት ነው መሪ የተግባር ሰው እንዲሆን ይፈለጋል።

በሌላ በኩል ደግሞ መሪ የሥራ ሰው ከሆነ ከተከታዮች በምን ተለየ? ጥሩ መሪ የሐሳብ ሰው (The Thinker) መሆን ይኖርበታል። የመሪ ዋነኛ ሥራ ርዕይ መንደፍ ነው፤ ማቀድ ነው። ቀጥሎም ርዕዩ ተግባራዊ የሚሆንበት አቅጣጫን ማሳየት፤ ማስተማር፤ ማሳወቅ ለሚሠሩ ሥራዎች የንድፈ ሐሳብ መሠረት መጣል ነው።

በተግባርና በንድፈሀሳብ መካከል ድልድይ ማበጀት ይቻላል። ከመሪዎች የሚፈለገው ግን ድልድይ ሳይሆን ሁለቱም በአንድነት ነው። ይቻላል ግን ከባድ ነው።

6.4. መቅደም እና ደጀን መሆን

መሪ ግንባር ቀደም መሆን አለበት። የእሳት ወላፈኑን ሆነ የጥይት አረርን ከተከታዮች ቀድሞ መቀበል ያለበት መሪ ነው። መሪ ከፊት ሆኖ ነው መምራት ያለበት።

መሪ እንደ እረኛ ነው። አብዛኛውን ጊዜ እረኛ ከኋላ ነው የሚሆነው። መሪም እንደዚያው ነው፤ መምራት ያለበት ከኋላ ነው። በጦር ሜዳም ቢሆን አመራሩን ለአደጋ ያጋለጠ ወገን እድሜው አጭር ነው።

77

ይህ ትልቅ ወለፈንዲ ነው። መሪው እንደሁኔታ አንዳንዴ እፊት ሌላ ጊዜ ደግሞ ኋላ ሆኖ ይመራል ከማለት የተሻለ ምላሽ የለውም።

6.5. የሥልጣን ጥም እና የማገልገል ጥም

ጥሩ መሪ ኃላፊነትን ለመውሰድ የተዘጋጀ መሆን አለበት። ኃላፊነት የማይወስድ ሰው መሪ መሆን በጭራሽ አይችልም። መሪ መሆን ማለት በከፍተኛ የሥልጣን እርከን ላይ መገኘት ማለት ነው። ስለሆነም ጥሩ መሪ ሥልጣንን የመያዝ ፍላጎት ሊኖረው ይገባል። ሥልጣን መያዝ ሌላውን ሰው የማዘዝ መብት ይሰጣል።

ጥሩ መሪ የሥልጣን ሳይሆን የማገልገል ጥም ሊኖረው ይገባል። ኃላፊነቶችንም መውሰድ ሳይሆን መስጠት ነው ያለበት። ኃላፊነቶችን ጠቅልሎ የሚይዝ መሪ መጥፎ መሪ ነው። ጥሩ መሪ ኃላፊነቶችን በማከፋፈል የጋራ አመራር ያሰፍናል። ጥሩ መሪ ታዛዥ ነው። ማዘዝና መታዘዝ (የሥልጣን ጥምና የማገልገል ጥም) ተቃራኒዎች ናቸው።

6.6. በመሪነት መቆየት እና መሪነትን መልቀቅ

ጥሩ መሪ ራሱን በነገሮች አናት ላይ ለማስቀመጥ ይጥራል። ሁሌም ራሱን ያስተምራል። መሪ በራሱ ላይ የሚያደርጋቸው "ኢንቬስትመቶች" ራሱን በመሪነት የሚያቆዩት ነገሮች ናቸው።

ጥሩ መሪ ራሱን ከመሪነት ለማውረድ መጣር ይኖርበታል። ለዚህ ደግሞ ከሱ የተሻሉ መሪዎች እንዲመጡ መንገድ ማመቻቸትና ማስተማር ይኖርበታል።

የገዛ ራሱን በነገሮች አናት ላይ አስቀምጦ እያለ እንዴት ከራሱ የበለጠ ሰው ማውጣት ይችላል? ወለፈንዲ!

6.7. በአንድ ጉዳይ ላይ ማትኮር እና ሁሉን ዓቀፍ እይታ

ጥሩ አመራር እና ጥሩ መሪ በአንድ አቢይ ጉዳይ ላይ ማትኮር ይኖርበታል። ያም ጉዳይ የድርጅቱ ግብና ወደዚያ ያደርሰኛል በሚለው ስትራቴጂው ላይ መሆን ይኖርበታል። በየጊዜው በሚፈጠሩ "የጎን ጉዳዮች" ትኩረቱ የሚዛባ ሰው ጥሩ መሪ መሆን አይችልም።

መሪ ሁሉን ዓቀፍ እይታ እንዲኖረው ያሻል። ጥሩ መሪ ትኩረቱ መንገዱ ላይ ቢሆንም እንደጋሪ ፈረስ ግራና ቀኙን ላለማየት ዓይኖቹን የሸፈነ መሆን የለበትም። በየጊዜው የሚፈጠሩ እድሎችን በቸልታ የሚያሳልፍ ሰው ጥሩ መሪ መሆን አይችልም።

እይታን ዓለም-ዓቀፍ፤ ተግባሮችን ግን አካባቢ-ተኮር ማድረግ እንደ መፍትሔ ይቀርባል። ይህንን በተግባር መተርጎም ግን ቀላል ነገር አይደለም።

6.8. እሳቤ እና እርግጠኝነት

መሪው ውሳኔ እንዲሰጥ የሚጠበቅበት በአብዛኛው ተጨባጭ መረጃዎች በሌሉበት ሁኔታ ነው። የመሪ ብቃቱ በእሳቤዎች (assumptions) ላይ ተመሥርቶ ትክክለኛ ውሳኔ በመስጠት ችሎታው ነው። መሪነት ሥነ-ጥበብ (art) ነው የሚባለው ለዚህ ነው።

የመሪ ስህተት ጉዳቱ ከፍተኛ በመሆኑ ውሳኔዎቹ ትክክለኛ ስለመሆናቸው ማስተማመኛ ሊኖር ይገባል። ተከታዮች ለውጤት ይቸኩላሉ፤ የሚያደርጉት ትንሹም አስተዋፅዖ ወደ ትልቁ ግብ የሚያደርስ የመሆኑ ማስተማመኛ ይፈልጋሉ።

በእሳቤ ላይ ተመሥርቶ ለሚሰጥ ውሳኔ ትክክለኝነት ማስተማመኛ መስጠት እንዴት መስጠት ይቻላል? ወለፈንዲ !

6.9. የተከፋፈለ ኃላፊነት እና የተማከለ ቁጥጥር

መሪዎች ኃላፊነትን እንዲያከፋፍሉ ይጠበቅባቸዋል፤ የተጠያቂነት መጠን ግን አይቀንስላቸውም። ኃላፊነትን ማከፋፈል ሥራን ያቀላጥፋል፤ ተተኪ መሪዎችን ያዘጋጃል፤ የሥራው ባለቤትነት ስሜት ያዳብራል። ሆኖም በየትኛውም ደረጃ ለሚሠራ ጥፋት መሪው ተጠያቂ ነው።

6.10. ኮስታራነት እና ለስላሳነት

መሪ ቆራጥ እንዲሆን ይጠበቅበታል። ብዙ ሰዎች ቆራጥነትን ከኮስታራነት ጋር ያገናኙታል። በዚህም ምክንያት መሪ የተቆጣ የሚመስል ኮስታራ ፊት ያለው፤ በባህርይውም ጠንከርና ጨከን ያለ እንዲሆን ይጠበቅበታል።

መሪ ለስላሳና ትሁት፤ በፊቱ ፈገግታ የሚታይበትና የሚያረጋጋ እንዲሆን ይጠበቃል። በባህርይውም መሪ ተጫዋችና ለድርድር ዝግጁ መሆን ይኖርበታል።

6.11. መንገር እና መጠየቅ

መሪ መንገድ ማሳየት አለበት። መንገር አለበት። ተከታዮች ችግር በሚገጥማቸው ጊዜ ፊታቸውን የሚያዞሩት ወደ መሪያቸው ነው።

መሪ መንገድ መጠየቅ አለበት። መሪ ተከታዮቹን የሚመራው በጋራ መንገድ እንጂ በሱ የግል መንገድ ላይ አይደለም። እንዲያውም ስለመንገዱ ከሱ የተሻለ የሚያውቁ ተከታዮች ይኖሩ ይሆናል። ስለሆነም መሪ መንገድ ጠያቂ ነው።

...

በመሪነት ላይ ያሉ ወለፈንዲዎች እነዚህ ብቻ አይደሉም። ለአሁኑ ግን ይበቁናል። መሪ (ለዚያውም ስኬታማ መሪ) መሆን በጣም ከባድ ነገር ነው። ለዚህም ነው በዓለም ዓቀፍ ደረጃም ቢሆን ብዙ ስኬታማ መሪዎች የሌሉት።

ለተጨማሪ መረጃ
በየምዕራፍ ስምንትመጨረሻ ይመልከቱ

ምዕራፍ ስምንት
ስኬታማ አመራር እንዲኖረን ምን እናድርግ?

ከላይ ስለአመራር፣ ስለመሪነት ወለፈንዲዎች እና ስለጥሩ መሪዎችና ተመሪዎች በቀረቡት ላይ ተመስርተን ስኬታማ አመራር እንዲኖረን ምን እናድርግ የሚለው ጥያቄ ለመመለስ እንሞክር፡

1. ጥሩ ተከታዎች እንሁን

ለስኬታማ አመራር መኖር የተመሪዎች አስተዋጽዖ ከፍተኛ መሆኑ ማወቅና በራሳችን ላይ የእርምት እርምጃዎችን መውሰድ የመጀመሪያው አቢይ መፍትሔ ነው። እኛ - ተመሪዎች - ከልባችን እውቅና ካልሰጠናቸው ሰዎች የድርጅት ሊቀመንበር፣ ፕሬዚዳንት ወይም ፀሐፊ ስለሆኑ ብቻ መሪ አይሆኑም። ኃላፊነትን እየሰጠን ድጋፋችን የምንነሳቸው ከሆነ ችግሩ ያለው እኛ ዘንድ ነው። ሁሉንም ነገር እነሱ እንዲያደርጉልን የምንፈልግ ከሆነ መሪ ሳይሆን ፈጣሪ እንዲሆኑልን ነው እየጠቅናቸው ያለው። መሪዎቻችን የቱንም ያህል ቢበረቱ ጥሩ መሪ እንጂ ፈጣሪ መሆን አይችሉም።

አሁን የተቻላቸውን ለማድርግ እየጣሩ ላሉት መሪዎች የተመቸን ተመሪዎች እንሁን፤ ለጥሪዎቻቸው ምላሽ እንስጥ፤ እንደግፋቸው

2. መሪነትን እንለማመድ፤ እንሰልጥን

"መሪዎች ይወለዳሉ" በሚል ያረጀ ብሂል አንታለል። መሪነት ይለመዳል፣ እኛም እንልመደው። ለመሪነት ይሰለጠናል፤ እናም እንሰልጥን። ለዛሬ ችግሮቻችን መፍትሔ መስጠት የሚችሉ መሪዎች መውጣት ያለባቸው ዛሬ እየኖረ ካለው ትውልድ ነው።

3. ወጣቱ ላይ እምነት ይኑረን

ወጣቶች አገሪቷን መረከብ ያለባቸው ነገ ሳይሆን ዛሬ ነው። ውርሱም በጠንካራ ተቋማት መደገፍ ይኖርበታል።

ወጣቱ ለመምራት፤ የእድሜ ባለፀጋውም በወጣቶች ለመመራት ዝግጁ ይሁኑ። ራሳችንን ለመሪነት እናዘጋጅ። መሪዎች የሚወጡት ከኛው ነው። ፍልስፍና፣ ሞዴል፣ ፎርምላ ከሌሎች አገሮች መዋስ እንችላለን። መሪዎችን መዋስ ግን አንችልም፤ ቢቻልም ኖሮ (outsource ብናደርግ) አይጠቅመንም።

4. የተለመዱ የአመራር ስህተቶችን እናስወግድ

4.1. የሚፈልጉትን አለማወቅ

ለስኬታማ አመራር እንቅፋት ከሆኑ ነገሮች አንዱ በግልጽ የታወቀ ግብ አለመኖር ነው። መሪ የድርጅቱን ግቦች በግልጽ ማስቀመጥ ካልቻለ ትልቅ ጥፋት ነው። ከመሠረቱ እቅድ ማለት ግቦችን የረዥም ጊዜ ግቦችን ከፋፍሎ ማቀጣጠል ማለት ነው። በጉልህ የሚታይ ግብ ከሌለ ጥሩ እቅድ አይኖርም፤ ጥሩ ሥራም አይሠራም።

4.2. የተግባቦት (communication) መዛነፍ

የተግባቦት መዛነፍ እንዳይኖር መጣር ለመልካም አመራር መኖር ወሳኝ ነገር ነው። መሪዎች ከተከታዮቻቸው ጋር በግልም በቡድንም የማያቋርጥ ግኑኝነት መፍጠር አለባቸው።

4.3. አለመስማት

መሪዎች በርከት ያለውን የሥራ ጊዜዓቸውን ለመስማት ማዋል አለባቸው። ተከታዮችንና ደጋፊዎችን አለመስማት የምንፈልገውን ዓይነት አመራር እንዳናገኝ ያደርገናል።

4.4. በሁሉም ሰው ለመወደድ መሞከር

ለለውጥ የቆመ መሪ በሁሉም ሰው ለመወደድ መፈለግ ጉዳት አለው። መሪ ጭብጨባንና አድናቆትን ግብ ማድረግ የለበትም። አድናቆትን የሚያድን መሪ ጥሩ አመራር መስጠት ይሳነዋል።

4.5. ድርጅትን በግለሰቦች ተክለሰውነት መገንባት

ይህ በተለይ የኢትዮጵያ የፓለቲካ ድርጅቶች ዋነኛ የድክመት መግለጫ ነው። ድርጅቶቹ ራሳቸው "የእከሌ ፓርቲ" እየተባሉ ነው የሚጠሩት። ይህ ድርጅቶች እንደተቋም እንዳይጠናከሩያደርጋቸዋል።

4.6. መልካም አርዓያ መሆን አለመቻል

መሪዎች በራስ መተማመንን በመገንባት፣ ኃላፊነትን በመውሰድና በመወጣት፣ አርዓያ መሆን አለባቸው። መሪ በመልካም ሥነምግባሩ፣ በሁለገብነቱና በጨዋታ አዋቂነቱ መወደስ ይኖርበታል። መሪ ለአዳዲስ አስተሳሰቦችና ከሥራው ጋር ግኑኝነት ላላቸው የቴክኖሎጂ ውጤቶች እንግዳ መሆን የለበትም። ተግባር ከቃላት በላይ ጮሆ ይናገራል (Actions speak louder than words)፤ ተከታዮች ከቃላቱ ይልቅ የመሪያቸውን ተግባራት መኮረጅ ሊቀላቸው ይችላል። ስለሆነም በተከታዮች ላይ አዎንታዊ ተጽዕኖ ለማሳደር መጣር ይገባል።

4.7. ድርጅትን ብቃት ባላቸው ሰዎች አለመገንባት

ተገቢ ሰዎች አውቶቡስ ውስጥ ገብተው ቦታ ቦታቸውን ከያዙ ወደየት መሄድና እንዴት መሄድ እንዳለባቸው መወሰን አይቸግራቸውም። መሪ ጥሩ ተከታዮችን ለመፍጠር መጣር አለበት። ጥሩ መሪ ተከታዮች ቦታ ቦታቸውን መያዛቸው ማረጋገጥ አለበት። የድርጅት ብቃት በአባላቱ (ሠራተኞቹ) ብቃት ይወሰናል። ችሎታ በጎደላቸው አባላት የተገነባ ድርጅት የላቀ ውጤት ማስመዝገብ ይቸግረዋል።

4.8. ምርጥ ቡድንን መፍጠር አለመቻል

ጥሩ መሪዎች የቡድን ሥራን ማበረታታት ይጠበቅባቸዋል። ተከታዮቻቸው እንደ ግለሰብ ሳይሆን እንደቡድን እንዲንቀሳቀሱና ውጤታማ ቡድኖችን እንዲመሠርቱ ማበረታታት ይኖርባቸዋል።

4.9. ለሚሠሩ ሰዎች እውቅና አለመስጠት

ጥሩ ውጤት ላስገኙ፤ ውጤት ባያስገኙም በሚቻላቸው ሁሉ ጥረት ላደረጉ ተከታዮችና ቡድኖች ተገቢውን እውቅና መስጠት ይገባል። ተከታዮችን የማበረታታት መንገድ የመሪው ኃላፊነት ነው።

4.10. ኃላፊነትን መስጠት አለመቻል

መሪዎች ተተኪዎችን ማፍራት አለባቸው። ኃላፊነቶችንን ለሌሎች መስጠት መልመድ ይኖርባቸዋል።

4.11. ለመማር አለመፈለግ

መሪዎች የእድሜ ልክ ተማሪዎች መሆን ይኖርባቸዋል። መማር ያለባቸው በመደበኛም፤ መደበኛ ባልሆነም መንገድ ነው።

4.12. ትንንሹን ነገር ሳይቀር ለመቆጣጠር መሞከር

ትንንሽ ነገሮች ትልቅ ውጤት እንዳላቸው ቢታወቅም መሪዎች ጥቃቅኑንም ነገር ልቆጣጠር ካሉ (Micromanagement) የተከታዮቻቸውን የመሥራት ስሜት ይገድላሉ።

ጥቂት ነጥቦች ከተከታዮች አንፃር

4.13. ጣትን ለመቀሰር መቸኮል

መሪዎች ጥሩ መሪ እንዲሆኑ በማገዝ ፋንታ እስኪሳሳቱ ጠብቆ ማሳጣት። ሌሎችን ማሳጣት።

4.14. ዓላማን ሳይሆን መሪን አይቶ መከተል

ለመሪ ባለ ፍቅር ወይም በመሪ ላይ ባለ እምነት ብቻ መከተል። እሱ ወይም እሷ ከሌለች ዓላማ የለም ማለት ድርጅት በከፍተኛ ሁኔታ የሚጎዳ ከመሆኑም በላይ መሪዎችን ያበላሻል ።

4.15. በልዩነት አንድነት መፍጠር አለመቻል

ልዩነቶችን ለውስጠ ድርጅት ትግል ወስኖ በአንድነት መቆም አለመቻል። በድርጅት ውስጥ የልዩነት ሀሳብ በመጣ ቁጥር ልዩነቱን አደባባይ ማውጣት።

4.16. የባልደረቦችን ስኬት አለማድነቅ

የሌሎች የቡድን አባላት ስኬት የራስ ስኬት አድርጎ ማየት። "እኔ" ማብዛት። ለዚህ መፍትሔው "እኛ" ማለትን በጊዜ መልመድ።

"መሪ አጣን" እያሉ ማላዘን ይቁም። ይልቁንስ (1) አሁን የተቻላቸውን ለማድርግ እየጣሩ ላሉት መሪዎች የተመቸን ተመሪዎች እንሁን፤ ለጥሪዎቻቸው ምላሽ እንስጥ፤ እንደግፋቸው (2) ራሳችንን ለመሪነት እናዘጋጅ። መሪዎች የሚወጡት ከኛው ነው። ፍልስፍና፣ ሞዴል፣ ፎርምላ ከሌሎች አገሮች መዋስ እንችላለን። መሪዎችን መዋስ ግን አንችልም፤ ቢቻልም ኖሮ (outsource ብናደርግ) አይጠቅመንም (3) ወጣቱ ላይ እምነት ይኑረን።

የትም አገር ቢሆን ስኬታማ አመራር ማግኘት ከባድ ነው። የአገራችን የአመራር ችግር ከመጠን በላይ በማግነን መዓት የወረደብን አደርጎ ማቅረብ ጉዳት አለው። ቀላል መፍትሔ የለም ሆኖም ግን በሚገባ ካሰብንበትና ተግባራዊ እንቅስቃሴ ካደረግን የማንወጣው ችግር አይኖርም።

ለተጨማሪ መረጃዎች

Adair, J. (1988). Effective Leadership. London. Pan Books.
Adair, John, (2007). Develop Your Leadership Skills. Kogan Page Limited
Bennis, W. (1989) On Becoming a Leader, Addison Wesley, New York,
Bossidy, L. & Charan, R. (2002). Execution: The discipline of getting things done. New York: Crown.
Kouzes, J. M. & Posner, B. Z. (2003). Leadership challenge. New York: Wiley & Sons.
Laubach, R. (2005) Leadership is Influence
Mulhern, Daniel G. (2011) Everyday Leadership: Getting Results in Business, Politics and Life.
Pardey, D (2007). Introducing Leadership. Elsevier Ltd.
Rickards, T. and Clark, M. (2006). Dilemmas of Leadership. Routledge
Roberts, W. (1987) Leadership Secrets of Attila the Hun
Rost, Joseph. (1993) Leadership for the Twenty – First Century. Greenwood Publishing Group
Schein, Edgar. (2004) Organizational Culture and Leadership, Jossey-Bass
Slater, Robert. (2003). 29 Leadership Secrets from Jack Welch. McGraw-Hill

ክፍል ሦስት፡ ለውጥ

ለውጥ የእድገት መሠረት ነው። ለውጥ አውዳሚም ነው። በጊዜ ራሱን መለወጥ ያልቻለ ሥርዓት ለውጥ ያጠፋዋል። ለውጥ መዳኛም መጥፊያም ነው።

የአክሱም፣ የግብጽ፣ የህንድ፣ የሮማ፣ የግሪክ ሥልጣኔዎች የጠፉት በጊዜ መለወጥ ባለመቻላቸው ነው። አገሮች ተበትነው ክልሎች አገሮች ሆነዋል። አገሮች ተዋህደው ትላልቅ አገሮችን መሥርተዋል። ሥርዓቶች ወድቀዋል፤ አዳዲስ ሥርዓቶች ተከስተዋል። ዓለማችን በማያቋርጥ የለውጥ ሂደት ውስጥ ነች።

ሙሉ በሙሉ ባይሆንም እንኳን አንዳንዱን ዓይነት ለውጥ መቆጣጠር ይቻላል። በዚህም ምክንያት የለውጥ ማኔጅመንት በፖለቲካና ማኅበራዊ ሣይንሶች እና በቢዝነስ ተፈላጊነቱ እየበዛ የመጣ የእውቀት ዘርፍ ነው።

ለውጥ ፈላጊ ትውልድ ስለ ለውጥ በቂ እውቀት ቢኖረው የረዥም ጊዜ ጥቅሞቻቸው ከጉዳቶቻቸው እጅግ የበለጡ ለውጦችን ለማምጣት ይረዳዋል በሚል በዚህ ክፍል ውስጥ ሦስት ምዕራፎች ተካተዋል።

ምዕራፍ አስራ አንድ ላይ "መዳረሻ" በሚል ርዕስ የቀረበው ሙሉ በሙሉ በማልኮም Tipping Point: How Little Things Make Big Differences በተሰኘ መጽሐፍ ላይ የተመሠረተ ነው። ለሌሎቹ ምዕራፎች ለተጨማሪ መረጃ ይሆናሉ ያልኳቸውን የመጽሀፍት ዝርዝር አስፍሬዓለሁ።

ምዕራፍ ዘጠኝ

ለውጥ እና የለውጥ ማኔጅመንት

1. ለውጥ ምንድነው?

ለውጥ ከአንድ በአንፃራዊ መልኩ የተረጋጋ ሥርዓት (Old Status Quo) ወደ ሌላ በአንፃራዊ ሁኔታ የተረጋጋ ሥርዓት (New Status Quo) መቀየር ማለት ነው። ለውጥ የሕይወት መሠረት ነው። አለመለወጥ መጥፋትን ያስከትላል።

"It is not the strongest species that survive, nor the most intelligent, but the ones who are most responsive to change"
Charles Darwin

ስዕል 1: የቻርለስ ዳርዊን ጥቅስ

ከአንድ ሥርዓት ወደ ሌላው የሚቀየርበት ሁኔታ እንደ ለውጡ ዓይነት ይለያያል። አንዳንድ ለውጦች በጣም ዘገምተኛ በመሆናቸው ለውጥ መኖሩንም ላንገነዘብ እንችላለን። እንዲህ ዓይነት ለውጦች በተፈጥሮም በማኅበረሰብም ውስጥ አሉ። የኛ ትኩረት ግን ታስቦባቸው፣ ታቅደው ስለሚደረጉ ለውጦች ነው።

2. ታቅደው ስለሚደረጉ ለውጦች

ታስቦባቸው፤ ታቅደው የሚደረጉ ለውጦች ሦስት ዋና ዋና ደረጃዎች አሏቸው: ረግቶ የቆየውን ሥርዓት መበጥበጥ፣ መለወጥ እና መልሶ ማርጋት።

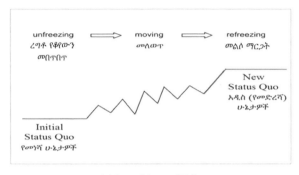

ስዕል 2: የለውጥ ሂደት

ለውጥ እንዲኖር አሁን ባለው ሁኔታ አለመርካት ግድ ነው። "ያልደፈረሰ አይጠራም" እንዲሉ ወደ ተሻለ ሁኔታ ለውጥ እንዲኖር የማይፈለገው ሁኔታ መደፍረስ አለበት። ከዚያ መለወጥ ያለባቸው ነገሮች ተለውጠው ሥርዓቱን እንደገና ማረጋጋት ይገባል።

እንደዚህ ከሆነ የተፈጥሮህ ጠባይ፣
ለስሜት ከሆነ የመኖርህ ጉዳይ፣
ችግርን ተደሰት፤ ደስታን ተሠቃይ።

ግን ያሰብከው ዓላማ አልሆን ብሎህ ሲከሽፍ

ሁኔታው ሲጠጥር፣
ጠጣሩ እንዲላላ፤ የላላውን ወጥር።
በረከተ መርገም (በገሞራው)

እዚህ ላይ ሦስት ማሳሰቢያዎችን መሰንዘር ተከትለው ለሚመጡት የውይይት ሀሳቦች ይጠቅማል

1. ለውጥ ለማምጣት ሲታሰብ ችግሮች እንደሚኖሩ ማወቅ ይጠቅማል።

   ሳይታወቁ የሚደረጉ ዘገምተኛ ለውጦች ካልሆኑ በስተቀር ታስበውና ታቅደው የሚደረጉ ለውጦች የሚያመጧቸው ችግሮች አሉ። በጣም የተዋቡ ለውጦች እንኳን ቢሆኑ በለውጡ የሚጎዱ ሰዎች አሉ። በተጨማሪም ወደፊት ከለውጡ ከሚጠቀሙ ሰዎችም ጥቂት የማይባሉት የአጭር ጊዜ ጉዳት ሊደርስባቸው ይችላል።

2. በለውጥ ሂደት ውስጥ ስህተቶች ሊፈጠሩ ይችላሉ።

   ማኅበራዊ ለውጥን ሙሉ በሙሉ አቅዶ መከወን አይቻልም። ትንሽ ስህተት ብዙ መዘዝ ሊያመጣ ይችላል። ቢሆንም መሳሳትን አለመፍራት፤ ስህተቶችን በቶሎ ለማግኘትና ለማረም መትጋት ያስፈልጋል።

3. ችግር የሚገጥመው ዝርዝር አፈፃፀም ውስጥ ሲገባ እንጂ በጥቅል ሀሳብ አይደለም።

በጥቅሉ ሲታይ አዎንታዊ ለውጦች አጓጊ ናቸው። ለሰዎችም ጥቅል ሀሳቦችን ማቅረብም ሆነ መቀበል ቀላል ነው። ችግር የሚገጥመው ዝርዝር ሥራ ውስጥ ሲገባ ነው። በዚህም ምክንያት በለውጥ ሂደት ውስጥ ትልቁ ችግር አስደናቂ ሀሳብ የማመንጨት ችግር አይደለም - ትልቁ ችግር የማስፈፀም ችግር ነው።

3. የለውጥ ሰዋዊ (human) ገጽታዎች

ሰው ሳይቀየር ሥርዓትን መቀየር እምብዛም ትርጉም የለውም። ስለዚህም ስለ ለውጥ ስናስብ ስለ ሰዎች ማሰባችን የማይቀር ነገር ነው። ሰዎች አንድ አስደንጋጭ ለውጥ ሲገጥማቸው (ለምሳሌ፣ መርዶ ሲነገራቸው) የሚገጥማቸው የስሜት መለዋወጥ ከዚህ በታች በቀረበው ስዕል እንደተመለከተው ይመስላል።

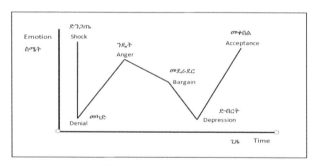

ስዕል 3: ድንገተኛ ለውጥ የሚያስከትለው የስሜት መዋዠቅ

አዎንታዊውን ለውጥንም ቢሆን ሰዎች በቀላሉ ይቀበሉታል ማለት አይደለም። ሰዎች ለውጥን በቀላሉ አይላመዱም። "ከማያውቁት መልዓክ የሚያውቁት ሰይጣን ይሻላል" እንዲሉ ሰዎች አዲስ ነገርን ከመሞከር የሚያውቁትን መጥፎ

ሥርዓትንም ችለው መኖርን ሊመርጡ ይችላሉ። ብዙ ጊዜ ከለውጥ በኋላ ሰዎች "የድሮው ይሻለን ነበር" ሊሉ እንደሚችሉ መጠበቅ ይገባል። በዚህም ምክንያት ነው የለውጥ አራማጆች ዋነኛ ሥራ ሰዎችን ማሳመን፣ መቀስቀስ፣ ማደራጀት የሚሆነው።

4. የለውጥ ማኔጅመንት

የለውጥ ማኔጅመንት የለውጥን ቁሳዊ እና ሰዋዊ ገጽታዎችን ያገናኛል።
የተሳካ ለውጥ : -

- የተሳታፊዎችን ሞራል ይገነባል።
- ተሳታፊዎችን የአዲሱ ሥርዓት ባለቤት ያደርጋል።
- በአዲሱ ሥርዓት ውስጥ ኃላፊነቶችን ለመቀበል ያበረታታል።
- የተሳታፊዎችን ንቃት ይጨምራል።
- የድህረ - ለውጥ ችግሮችን ይቀርፋል።

በለውጥ ማኔጅመንት ውስጥ የሚከተሉት ርዕሰ ጉዳዮች ቁልፍ ናቸው።

1. የርዕይ፣ የስትራቴጂ እና የፈጠራ ማኔጅመንት

ለለውጥ የቆመ ድርጅት ከሁሉ አስቀድሞ የለውጡን የረዥም ጊዜ ጥቅም ማውጠንጠን አለበት፤ ቀጥሎም ለውጡ እንዴት እንደሚካሄድ ስትራቴጂ መንደፍ አለበት። እያንዳንዱ ለውጥ በባህርዩ የተለየ በመሆኑ ለለውጥ የተነሳ ድርጅት ተግባራቱን በፈጠራ ማገዝ አለበት።

2. የአጋር መረጣ እና ግኑኝነት ማኔጅመንት

በለውጥ ሂደት ውስጥ አጋሮችን መምረጥ፤ አጋሮችን ማስተባበር፤ ከአጋሮች ጋር ተባብሮ መታገል እጅግ ወሳኝ ሥራ ነው። በለውጥ ሂደት ውስጥ ወዳጅን ከማፍራት ይልቅ ጠላትን ማፍራት በጣም የሚቀል በመሆኑ በዚህ ረገድ ከፍተኛ ጥንቃቄ ሊደረግ ይገባል።

3. የሂደት (Process) ማኔጅመንት

ለውጥ እንዲኖር ተግባራትን ማቀናጀት ወሳኝ ነገር ነው። ለውጥ ትግልን ይጠይቃል። ትግል ደግሞ የተለያዩ ተግባራትን - ሲመርም የሕይወት መስዋዕትነትን - ይጠይቃል። እነዚህ ተግባራት በአግባቡ ተቀናጅተው ካልተመሩ የተፈለገው ውጤት ሊገኝ አይችልም። በተለይም የለውጡ ዋነኛ ተግባር ባግባቡ ካልተመራ የጠበቁት ሳይሆን ያልተጠበቁና የማይፈለጉ ውጤቶች ሊገኙ ይችላሉ።

4. የእውቀት ማኔጅመንት

የለውጥ አራማጅ የሆነ ድርጅት ዘወትር የሚማር ድርጅት መሆን ይኖርበታል። ልምዶች፣ አዳዲስ ግኝቶች እና የጥናት ዉጤቶች በድርጅቱ ውስጥ በነፃነት መዘዋወር ይኖርበታል።

5. ማጠቃለያ

ለውጥ የእድገት ምንጭ ነው። አለመለወጥ መጥፋትን ያስከትላል። የታሰበበትና የታቀደ ለውጥ ማምጣት ደግሞ ከባድም አስፈላጊም ነገር

ነው። አዎንታዊ ለውጥ ለማምጣት ረግቶ በመሻገት ላይ ያለን ሥርዓት መናጥ ያስፈልጋል፤ ቀጥሎ ደግሞ የአዲሱ ሥርዓት መሠረቶች መጣል አለባቸው፤ በመጨረሻም የተቀየረውን ሥርዓት ማረጋጋት ይጠይቃል።

የለውጥ ማኔጅመንት፣ የርዕይ፣ የስትራቴጂ እና የፈጠራ ማኔጅመንት፤ የአጋር መረጣ እና ግኑኝነት ማኔጅመንት፤ የሂደት (Process) ማኔጅመንት እና የእውቀት ማኔጅመንት ድምር ውጤት ነው።

***

ለተጨማሪ መረጃ

የሚቀጥለውን ምዕራፍ መጨረሻ ይመልከቱ

ምዕራፍ አስር

የስኬታማ ለውጥ ስምንት እርከኖች

ታስቦባቸው፣ ታቅደው የሚደረጉ ለውጦች ሦስት ዋና ዋና ደረጃዎች አሉት። እነዚህም (1) ረግቶ የቆየውን መበጥበጥ፣ (2) መለወጥ፣ እና (3) መልሶ ማርጋት የሚባሉ መሆናቸውን ተመልክተናል። ይህንን ይበልጥ ዘርዘር አድርገን እንመልከተው ከተባለ ከዚህ በታች በቀረበው ስዕል የተመለከቱት ስምንት አበይት እርከኖችን ለይተን ማውጣት እንችላለን።

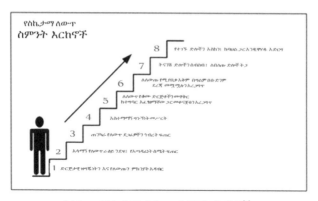

ስዕል 1: የስኬታማ ለውጥ ስምንት እርከኖች

እርከን አንድ: <u>ድርጅታዊ ዝግጁነትን እና የለውጡን ምክንያት ማዳበር</u>

ከሁሉ አስቀድሞ መሰራት የሚኖርበት ሥራ ለለውጡ በቂ ምክንያት መኖሩ እና የለውጥ ጥያቄ ጎልቶ የወጣ መሆኑን ማረጋገጥ ነው። ለዚህ እንዲረዱ የሚከተሉትንና መሰል ጥያቄዎችን አንስቶ ምላሽ ማግኘት ይጠይቃል።

- ምን ዓይነት ለውጥ ነው የሚያስፈልገው? ለምን?
- ለውጡን አስፈላጊ ያደረጉ ሁኔታዎች ምንድናቸው?

በለውጡ አስፈላጊነት ላይ ከሞላ ጎደልም ቢሆን ስምምነት ካለ የመሪዎች ትኩረት የራስን አቅም ወደመፈተሽ መዞር አለበት።

- ለውጡን ተግባራዊ ለማድረግ ምን ዓይነት ችግሮች ይገጥማሉ ተብሎ ይጠበቃል?
- የለውጡ አራማጆች ጥንካሬና ድክመቶች ምንድናቸው?

ለጊዜው አቅም እንኳን ባይኖር ወደፊት ሊገነባ የሚችል መሆኑ እምነት ማሳደር እጅግ ጠቃሚ ነገር ነው። ይህ የመጀመሪያው እርከን ከታለፈ በኋላ ነው በየጊዜው እየፋመ፣ እየጦዘ፣ እየመረረ ወደሚመጣ ተግባራዊ ሥራ የሚገባው።

እርከን ሁለት: አሳማኝ የለውጥ ርዕይ መንደፍ እና የአጣዳፊነት ስሜት መፍጠር

አሁን ግልጽ የሆነ የለውጥ ርዕይ መንደፍ ይገባል። ያለውን ሥርዓት የጠላነው ለምንድነው? ከለውጡ በኋላ የሚመጣው ሥርዓት ከአሁኑ የሚለየው ምንድነው?

የለውጥን ርዕይ ለመንደፍ የሚከተሉት ሁለት ነገሮች ላይ ትኩረት ይስጥ

1. የለውጡ መሠረታዊ የፍልስፍና መሠረት። ይብዛም ይነስ ለውጥ የፍልስፍና መሠረት ሊኖረው ይገባል። ለማን፣ ምን ለማስገኘት የታለመ ነው? የለውጡ አራማጆች ቋሚ እሴቶች ምንድናቸው?
2. የወደፊት ሁኔታ። ግልጽ የሆነ፣ የሚታይ፣ የሚዳሰስ ግብ መኖር። በግልጽ የሚታይ፤ የሚያጓጓ ሆኖም ገና በተግባር ላይ ያልዋለ ግብ መኖር እና ይህን ግብ ተግባራዊ ማድረግ ይቻላል የሚል እምነት መኖሩ በጣም አስፈላጊ ነው።

ይሁን እንጂ ለውጡ ግልፅና አጓጊ ርዕይ ኖሮትም ቢሆን ሰዎች ለለውጡ መሳካት ዋጋ ለመክፈል ዝግጁ ላይሆኑ ይችላሉ። ሰዎች ለውጥ እንዲመጣ እየፈለጉም ቢሆን ዋጋ ለመክፈል የማይፈልጉባቸው በርካታ ምክንያቶች ሊኖራቸው ይችላል። ከእነዚህ ምክንያቶች ጥቂቶቹ ከዚህ በታች ባለው ስዕል ተመልክቷል።

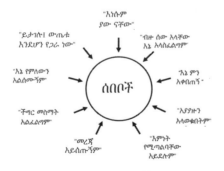

ስዕል 2: ሰበቦች

ሰበቦችን ማስወገድ ቀላል ሥራ አይደለም። ሆኖም ግን ሁሉም ሰው ተረባርቦ አሁን ያለውን ሁኔታ ካልቀረየ ሊከተል የሚችለውን አደጋ አጉልቶ ማሳየት - ማለትም የአጣዳፊነት ስሜት መፍጠር - በሰበብ አስባብ ራሳቸውን ካገለሉት ውስጥ ጥቂቶቹን ወደ ትግሉ መመለስ ይችላል ተብሎ ይታመናል።

የአጣዳፊነት ስሜት ለመፍጠር የሚከተሉትን ጥያቄዎች ማንሳት ይጠቅማል።

- ለውጡ ስለማስፈለጉ ምን ያህል አሳማኝ ምክንያቶች አሉ?

- አሁን ያለው ሁኔታ (status quo) ተቀባይነት የሌለው መሆኑ ምን ያህል የጋራ ግንዛቤ አግኝቷል? አሁን ያለው ሁኔታ (status quo) በአስቸኳይ መቀየር ያለበት (sense of urgency) መሆኑ ምን ያህል የጋራ ግንዛቤ አግኝቷል?

- ሕዝብ ለውጡ ስለሚያመጣቸው ጥቅሞች ምን ያህል የጋራ ግንዛቤ አግኝቷል?

- የለውጡ አራማጅ የሆነው ድርጅት አባላት በዘወትር ንግግሮቻቸው ውስጥ የለውጡን ርዕይ ምን ያህል ያስታውሳሉ?

- የለውጡ አራማጅ የሆነው ድርጅት ተልዕኮ እና በለውጡ ርዕይ መካከል ያለው ዝምድና ምን ያህል የጠበቀ ነው?

- የለውጡ ተሳታፊዎች የንቅናቄው አካል በመሆናቸው የሚሰማቸው ኩራት ምን ያህል ነው?

- ስለችግሮች ምን ያህል መረጃ ያገኛሉ?

- ወደፊት ሊደርሱ ስለሚችሉ ችግሮች ምን ያህል አስበውበታል?

- አሁን ስላሉ እና/ወይም ወደፊት ይኖራሉ ተብለው ስለሚጠበቀው መልካም አጋጣሚዎች ምን ያህል መረጃዎች አላቸው?

100

እርከን ሦስት፡ ጠንካራ የለውጥ ደጋፊዎችን ኅብረት ፍጠር

አንድ የለውጥ ጥረት ግቡን እንዲመታ ደጋፊዎችን ማብዛት እና የደጋፊዎች ኅብረት መፍጠር ያስፈልጋል። ይሁን እንጂ ማንኛውም የለውጥ ሀሳብ - እጅግ በጣም ጥሩ ለውጥ ቢሆንም እንኳን - ጠንካራ ተቃውሞ ሊደርስበበት የሚችል መሆኑ ግልጽ ነው። አንዱ ሌላኛውን እስኪጥል ድረስ ለውጥና ተቃውሞ የማይነጣጠሉ መንታዎች ሆነው ይቀርባሉ።

የተቃውሞ ጉዳቶች ግልጽ ሲሆኑ ጥቂት ጥቅሞችም እንዳሉት መገንዘብ ይጠቅማል።

የተቃውሞ ጥቅሞች፡-

- የለውጡ አራማጆች ለለውጡ የበለጠ ተነሳሽነት እንዲኖራቸው ያደርጋል
- ጉዳዮችን፣ አጀንዳዎችን ለማጥራት ይረዳል
- የለውጡን ግቦች ይበልጥ ለማብራራትና የተከታዮችን ጉጉት ለማጎልበት ይረዳል
- በተለያዩ ቡድኖች መካከል የጋራ ግንዛቤ ለመፍጠር ይረዳል
- የአጣዳፊነት ስሜት ለመፍጠር ያግዛል
- በቸልተኝነት እዳር ቆመው የነበሩትን ሰዎች ወደ ተግባር ይስባል
- ወቅቱን ያልጠበቀ (በዚህም ምክንያት አደገኛ ሊሆን የሚችል) ውሳኔ እንዳይሰጥ ያግዛል

ጠንካራ የደጋፊዎች ኅብረት መመሥረት አለመመሥረቱን ለማረጋገጥ የሚከተሉትን ጥያቄዎች ማንሳት ይጠቅማል።

1. ምን ያህል ውጤቶች በአዲሱ ርዕይ መሠረት ይገመገማሉ?
2. የለውጡ ተሳታፊዎች የለውጡን ሂደት ለመገምገም እና ወሳኝ ጥያቄዎችን ለማንሳት በሚያበቃ መጠን ግንዛቤ አዳብረዋልን?
3. ገንቢ ሂሶችንና ትችቶችን ለመቀበል የለውጡ መሪዎች ምን ያህል ዝግጁ ናቸው?
4. የለውጡ አራማጆች ተግባራቸውን ምን ያህል ያውቃሉ? ኃላፊነታቸውን በትክክል ተገንዝበዋል?
5. ሥራዎች እንዴት እንደሚሠሩ በቂ ስልጠና ተሰጥቷልን?
6. የለውጡን መሠረታዊ ሀሳቦች እና የለውጡን ማኔጅመንት በተመከለተ በቂ ትምህርት ለተከታዮች ተሰጥቷል?
7. ለውጡና ሽግግሩን የተመለከቱ መረጃዎች ሕዝብ በቀላሉ የሚረዳቸው ናቸው?
8. የትግል ጓዶቻችን አዳዲስ ሀሳቦችና እይታዎችን ምን ያህል ይጠይቃሉ?
9. የትግል ጓዶቻችን ጫና የመቋቋም ብቃታቸው ምን ያህል ነው?

እርከን አራት፡ <u>አስተማማኝ ግኑኝነት መመሥርት</u>

የለውጡን ዓላማ ለማስተዋወቅ ያሉትን የግኑኝነት መስመሮችን በሙሉ መጠቀም አንዱ አቢይ ሥራ ነው። መልዕክቶችን ቀላል ማድረግ፣ ከፍልስፍና ጽንሰ ሀሳቦች ይልቅ በጉልህ በሚታዩ ሀቆች ላይ ማትኮር ይገባል።

የሚከተሉትና መሰል ጥያቄዎች ተነስተው ተገቢው ምላሽ ካገኙ በዚህ ረገድ የሚፈለገውን ለመሥራት ያግዛሉ።

- በለውጡ አራማጆች መካከል ምን ያህል ግልጽ ውይይትና የሀቀኛ መረጃ ፍሰት አለ?
- መረጃዎች ሳንሱር ሳይደረግባቸው ምን ያህል ይንሸራሸራሉ?
- ትክክለኛ መረጃ ለተገቢው ሰዎች በተገቢው ሰዓት ይደርሳል?
- የለውጡ ግንባር ቀደም ተዋንያን ለመረጃዎች ያላቸው ቅርበት ምን ያህል ነው?
- እውቀት፣ አዳዲስ ግኝቶች እና ሀሳቦች ምን ያህል ይንሸራሸራሉ?
- አንዱ ከሌላው ለመማር ያለው ፈቃደኝነትና ዝግጁነት ምን ያህል ነው?

እርከን አምስት: ለለውጥ የቆሙ ድርጅቶችን መዋቅር ከተግባር አፈፃፀማቸው ጋር መቀናጀቱን ማረጋገጥ

የድርጅት መዋቅር፣ ህገ ደንብ እና የሥነ ምግባር መመሪያ የአንድ ድርጅት ምሰሶዎች ናቸው። አንድ ለውጥን ለመምራት የተነሳ ድርጅት መዋቅር ሥራ-ተኮር መሆኑ አስፈላጊ ሲሆን መዋቅሩ በቀላሉ ሊቀያየር የሚችል መሆን ይኖርበታል።

ለውጥ ለማምጣት ቆርጦ የተነሳ ድርጅት መዋቅር የተገነባው ሰዎችን ወይም ግኑኝነቶችን ሳይሆን ሥራን መሠረት አድርጎ መሆኑ እርግጠኛ መሆን ይገባል። መቸም ቢሆን መዋቅርም ሆነ ደንቦች ሰዎችን ለመጥቀም ወይም ለመጉዳት

ተብለው መውጣት የለባቸውም፤ ይህ እውነታ ግን በተለይ ለለውጥ በቆመ ድርጅት ላይ ይበልጥ መከበር ይኖርበታል።

ለውጥ የሚያመጣቸው ሁኔታዎችን መገመት ከባድ በመሆኑ በየደረጃው የፈጠራ ሥራዎች መበረታታት ይኖርበታል። ከዚህም በተጨማሪ የሚከተሉትን ጥያቄዎች መመለስ ለለውጥ የቆመን ድርጅት ለማጠናከር ይረዳሉ።

- የድርጅቱ ክፍሎችና ንዑስ ክፍሎች ሥራዎች ከድርጅቱ ዓላማና ግቦች ጋር ተቀናጅተዋልን?
- የለውጡን ሂደት ለማረም የሚያስችሉ መረጃዎችን ከውስጥም ከውጭም ማግኘት ይቻላልን?
- የሥራዎች ምዘና የሚደረገው ከለውጡ ግቦች አንፃር ነውን?
- አዲሱ የሥራ ምዘና ከአዲሱየሥራ ባህል ጋር የተገናዘበ ነውን?
- ሰዎች በኃላፊት ቦታዎች ላይ በሚመደቡበት ወቅት ለአዲሱ ባህል ያላቸው ቅርበት እግምት ውስጥ እየገባ ነውን?

እርከን ስድስት: ለለውጡ የሚያበቃ አቅም በግልም በቡድንም ደረጃ መሟሟላቱን ማረጋገጥ

ለለውጥ የሚያበቃ አቅም ለማጎልበት በቅድሚያ መሰናክሎችን ማስወገድ ተገቢ ነው። ድርጅቱ አስፈላጊው የቴክኒክ፣ የማኔጅመንት፣ የአመራር ግብዓቶች የተሟላለት መሆኑን ማረጋገጥ ተገቢ ነው። ለለውጡ ቀና አስተሳሰብ የሌላቸውን ሰዎች ማራቅም ሌላው አስፈላጊ ነገር ነው። ከለውጡ ርዕይ ጋር የማይሄደው መዋቅር መለወጥ ወይም መሻሻል ይኖርበታል። ፈጠራና ድፍረት የተሞላባቸው እርምጃዎች መበረታታት ይኖርባቸዋል።

ሥራዎች በግልም ሆነ በቡድን ከመሠጠታቸው በፊት ኃላፊነት የወሰዱት ግለሰቦችም ሆነ ቡድኖች አቅም ማጎልበት ተገቢ ነው። የውሳኔ አሰጣጥንም ከማዕከል ወደ ታች ማውረድ ይገባል። በለውጡ ሂደት ውስጥ ያሉ የለውጡ ተዋንያን የባለቤትነት ስሜት ሊሰማቸው ይገባል። ለዚህ ደግሞ የውሳኔ አሰጣጥን እስከተቻለ ድረስ ወደታችኛው እርከን ማውረድ ተገቢ ነው።

በለውጡ ሂደት ውስጥ የሰው አስተዳደር ተገቢውን ዋጋና ቦታ ካልተሰጠው ለውጡ የትም አይደርስም። የተሳካ ለውጥ የራሱን ካድሬዎች ማፍራት ይኖርበታል።

እርከን ሰባት: <u>ትናንሽ ድሎችን መሰብሰብ እና ለበለጡ ድሎች መትጋት</u>

እንደ ለውጡ ዓይነት መጠኑ ይለያል እንጂ ታቅዶና ታልሞ የሚመጣ ለውጥ ተጨባጭ ሥራን ይፈልጋል። ይህንን በእኛ ተጨባጭ ሁኔታ ካየነው የሕይወት መስዋዕትነትንም ሊጠይቅ ይችላል። ስለሆነም ጠንክሮ መታገል ይገባል። ለዚህ ደግሞ ብዙ ትናንሽ ድሎችን መፍጠር ይገባል።

"ለትልቋ ወፍ አልም፤ እስዋ ዒላማህ ውስጥ እስከትገባልህ ግን ቢራቢሮዎቹን ልቀም" ይባላል።

ተከታታይ ትናንሽ ድሎችን ከመፍጠር በላይ የለውጥ አራማጆችን የሚያበረታታ ነገር የለም። ከእያንዳንዱ ድል ትምህርት ይወሰድ፤ ለሚቀጥለው ይታቀድ። ትናንሽም ቢሆን ተጨባጭ ድሎችን/መሻሻሎችን ላስመዘገቡ ሰዎችና ቡድኖች

እውቅና መስጠት ተገቢ ነው። ሁኔታዎች ተሟልተው ለውጡን 100% ለማስፈፀም ከመጠበቅ በተጓደሉ ሁኔታዎች ለውጡን ተግባራዊ አድርጎ 80% ውጤት ማስመስገብ ይሻላል። የአመቺ ሁኔታዎች መሟላትን መጠበቅ እድሎችን ሊያስመልጥ እንደሚችል መረሳት የለበትም።

ለታላቅ ለውጥ የተነሳ ድርጅት ትልቁን ለውጥ በአንድ ጊዜ የሚያገኘው አድርጎ ባያስብ ይመረጣል። በአንድ በኩል የትናንሽ ለውጦች ጥርቅም ትልቅ ለውጥ ይሆናል። ከሌላ በኩል ደግሞ ትናንሽ ለውጦች ለትላልቆቹ መንገድ ይጠርጋሉ።

በእቅድ ውስጥ የሰፈሩት የአጫጭር ጊዜ ግቦች ሳይሳኩ የረዥም ጊዜ ግቦች ማሳካት ከባድ እንደሆነ ሁሉ ትናንሽ ድሎች ሳያገኙ ትልቁን ድል ማግኘት የማይመስል ነገር ነው። የአጫጭር ጊዜ ግቦች ላይ ትኩተር ማድረግ ዘላቂ ድሎችን ለማሳካትም ይረዳል።

ትናንሽ ድሎች ለትላልቆቹ የተግባር ስልጠና ናቸው። ድል የቀመሰ ሠራዊት በድል ላይ ድል ለመጨመር ያለውን ተነሳሽነትን ማሰብ ለዚህ አጋዥ ምሳሌ ነው።

አሁን የሚቀረው እርምጃ በትናንሽ ድሎች የተነቃቃን ሠራዊት ይዞ የመጨረሻውን ፍልሚያ መፋለም እና ማሸነፍ ነው።

እርከን ስምንት: <u>የተገኙ ድሎችን አስከን፤ ከባህል ጋር እንዲዋሃዱ አድርግ</u>

ከድል በኋላ ያለው ትልቁ ፈተና ድሎችን ማስከን ነው። ለውጥ ስኬታማ ነው የሚባለው ከባህል ጋር ሲዋሃድ ነው። ሁኔታዎች ቶሎ ካልሰከኑ ለለዉጡ የነበረው ድጋፍ በፍጥነት ሊሟሸሽ ይችላል። ከመረረም ሰዎች ባለፈው ሥርዓት ናፍቆት ሊሰቃዩ ይችላሉ። ለዚህ ያለው መፍትሔ ለለውጡ መዋቅራዊና ባህላዊ ገጽታ መስጠት ነው።

ባህል በሦስት ምክንያቶች ለለውጥ መስከን አስፈላጊ ነው።

- አዲስ አሠራር ባህል ውስጥ ሲገባ የራስ ይሆናል። መልካም ባህል ሰዎችን ያሰለጥናል።
- ባህል አንድን ተግባር በሺዎች ወይም ሚሊዮኖች ሰዎች በአንድ ግዜ ተግባራዊ እንዲሆን ያደርጋል። ባህል ተግባሮችን ያቀናጃል።
- ባህላዊ ተግባራት የሚፈፀሙት ያለ ብዙ ችግር ነው፤ ለብዙዎቹ ውይይት እንኳን አያስፈልጋቸውም።

ባህልን መቀየር ከባድ ቢሆንም በድርጅት ደረጃ ሊከወኑ የሚችሉ ሁለት ነገሮችን ማንሳት ይቻላል።

1. ባህሪያትንና አመለካከትን መቀየር ተግባሮቻችን እንዴት እንደሚቀይሩት ማሳየት። ድርጅቶች እሴቶቻችን ናቸው ብለው የዘረዘሯቸውን ባህሪያት መላበስ የባህል ለውጥ አንድ እርምጃ ነው።
2. እነዚህን ባህሪያት መላበስ እና አመለካከትን ማጥራት ለውጡን ምን ያህል እንደሚረዱት ብቻ ሳይሆን የወደፊቱ መሪዎች መምረጫ መለኪያዎች መሆናቸው ማስረዳት

የሚከተሉትን ጥያቄዎች በጥንቃቄ መመርመር ለውጥን ከባህልጋር ለማቆራኘት ይጠቅማሉ።

- የተገኙ ትናንሽ ድሎች ምን ያህል እውቅና ይሰጣቸዋል?
- የመልካም ውጤቶች መረጃ ምን ያህል በትክክል ይሰበሰባል?
- የእርስ በእርስ እና ከተግባር የመማር ባህል ምን ያህል የዳበረ ነው?
- ስልጠናና ሰዋዊ እድገቶች ከለውጡ ሂደት ጋር የተያያዙ ናቸው?
- በምን ያህል መጠን የቀድሞው አሠራር በአዲስ አሠራር እየተቀየረ ነው።
- ደረጃው የወረደው ሥራ ሲከወን የሚወሰደው እርምጃ ምን ይመስላል?

6. ማጠቃለያ

ለውጥ ሰፊ ርዕስ ነው። የታሰበበትና የታቀደ ለውጥ ማምጣት ደግሞ ከባድም አስፈላጊም ነገር ነው። አዎንታዊ ለውጥ ለማምጣት ረግቶ በመሻገት ላይ ያለን ሥርዓት መናጥ ያስፈልጋል፤ ቀጥሎ ደግሞ የአዲሱ ሥርዓት መሠረቶች መጣል አለባቸው፤ በመጨረሻም የተቀየረውን ሥርዓት ማረጋጋት ይጠይቃል።

የለውጥ ሂደት ሲነገርና ሲፃፍ እንዲህ ቀላል ይምሰል እንጂ በተግባር ግን እጅግ ውስብስብ ነው። በጣም የሚያወሳስበው ደግሞ የሰዎች ባህርይ ነው። ሰዎች ከለውጥ ጋር በቶሎ አይላመዱም።

የተሳካ ለውጥ ለማካሄድ ቢያንስ የሚከተሉት ስምንት እርከኖች መታለፋቸው ማረጋገጥ ይጠቅማል

1. ድርጅታዊ ዝግጁነትን እና የለውጡን ምክንያቶች ማዳበር
2. አሳማኝ የለውጥ ርዕይ መንደፍ እና የአጣዳፊነት ስሜት መፍጠር

3. ጠንካራ የለውጥ ደጋፊዎችን ኅብረት መፍጠር
4. አስተማማኝ ግኑኝነት መመሥረት
5. ለለውጥ የቆሙ ድርጅቶችን መዋቅር ከተግባር አፈፃፀማቸው ጋር መቀናጀቱን ማረጋገጥ
6. ለለውጡ የሚያበቃ አቅም   በግልም በቡድንም ደረጃ መሟሟላቱን ማረጋገጥ
7. ትናንሽ ድሎችን መሰብሰብ ፤ ለበለጡ ድሎች መትጋት፤ እና
8. የተገኙ ድሎችን ማስከን እና ከባህል ጋር እንዲዋሃዱ ማድረግ
   ***

ለተጨማሪ መረጃ

Anderson, Dean (2001) Beyond change Management: Advanced strategies for
        Today's Transformational Leaders, Jossey-Bass/Pfeiffer
Cook, Sarah & Macaulay, Steve (2005) Change Management: Excellence using the
        five intelligences for successful organizational change
 Dean, Christina (2009). RIMER Managing Successful Change. Australia: Uniforte
        Pty Ltd.
Filicetti, John (2007). "Project Management Dictionary". PM Hut. Retrieved
        09/11/16.
Green, Mike Change (2007) Management: Master class a step by Step Guide to
        Successful Change Management. kogan-page
Johnson, Spencer. 1998,) Who Moved My Cheese: An Amazing Way to Deal with
        Change in Your Work and In Your Life.
Kotter, J (2002) the Heart of Change, Harvard Business School, Boston, MA
Kotter, J. (2011). "Change Management vs. Change Leadership -- What's the
        Difference?". Forbes
 Levin, GInger (2012). "Embrace and Exploit Change as a Program Manager:
        Guidelines for Success". Project Management Institute.
Marshak, R.J. (2005). Contemporary challenges to the philosophy and practice of
        organizational development. In David L. Bradford and W.
        Warner Burke (Eds.) Reinventing organizational
        development: New approaches to change in organizations.
        San Francisco, CA: Pfeiffer.
Passenheim, Olaf (2010) Change Management, Ventus Publishing Aps
Phillips, J. R. (1983). Enhancing the Effectiveness of Organizational Change
        Management. Human Resource Management, 22(1/2),
Schaller, Lyle E. (1993) Strategies for Change. Abingdon Press Nashville

ምዕራፍ አሥራ አንድ

መዳረሻ

ትናንሽ ነገሮች ትልቅ ለውጥ እንዴት እንደሚያመጡ[4]

1. ትርጓሜ

“መዳረሻ” የእንግሊዝኛውን “Tipping Point” ለመተርጎም የተመረጠ ቃል ነው።

“መዳረሻ”፣ አንድ ሀሳብ፣ እምነት፣ ሽቀጥ ወይም የኑሮ ዘይቤ የሁሉም የሚሆንበት፤ እንደ ወረርሽኝ የሚሰራጭበት፤ እንደ ማዕበል ሁሉንም ጠራርጎ የሚወስደበት ወቅት ነው። መዳረሻ ጥቂቶች በሠሯቸው ትናንሽ ነገሮች ብዙዎች የሚማረኩበትና “ይኸ ነገር ወቅቱ ነው!” የሚሉበት ጊዜ ነው።

ወረርሽኝን ወይም የሰደድ እሳት ቀስ ብሎ ይነሳና አንድ ደረጃ ላይ ሲደርስ “ይንቦለቦላል”። ከዚህ ደረጃ በኋላ ወረርሽኙን ወይም የሰደድ እሳቱን ማስቆም ከባድ ነው። በተመሳሳይም በአንዳንድ ወቅቶች አንዳንድ የአስተሳሰብ ዘይቤዎች፣ ልማዶች፣ አሰራሮች፣ ሸቀጦች ... በብዙ ሰዎች ተወዳጅና ተመራጭ ይሆናሉ። እነዚህን “ማኅበራዊ ወረርሽኖች” ብለን ልጠራቸው እንችላለን።

---

4 . ይህ ምዕራፍ ማልኮም ግላድዌል “መዳረሻ: ትናንሽ ነገሮች ትልቅ ለውጥ እንዴት እንደሚያመጡ” (Tipping Point: How Little Things Make Big Differences) በሚል ርዕስ እአአ በ 2000 በLittle, Brown and Company አሳታሚ ባሳተሙት መጽሀፍ ላይ የተመሠረተ ነው።

በርካታ ማኅበራዊ ወረርሽኞችን በምሳሌነት ማንሳት ይቻለል። በ1960ዎቹ - ለምሳሌ - ጎፈሬ ፀጉር፣ ማጨስ፣ መቃም፣ "ዱርዬነት" ቀጥሎ ደግሞ አብዮተኝነት፣ የሌኒንና የማኦ መፃሕፍትን ማንበብ፣ ማኅበራዊ ወረርሸኞች ነበሩ። አሁን አሁን ደግሞ የእንግሊዝ የእግር ኳስ ቡድኖች የማንቼ፣ የአርሰናል ወይም የቼልሲ ደጋፊ መሆን የጊዜው ወረርሽኝ ነው። ወረርሽኝ ጥሩም መጥፎም ሊሆን ይችላል። ማጨስ፣ መቃም፣ "ዱርዬነት" ወረርሽን የነበሩባቸው ጊዜዓት ነበሩ። በአፃሩ ደግሞ "ምሁርነት" እና ታጋይነት ወረርሽን የነሩባቸው ጊዜዓትም ነበሩ። ታላላቅ ታሪካዊ ክስተቶች የወረርሽን ውጤቶች ሊሆኑ ይችላሉ። ለምሳሌ የ1966 እና 1997 ሕዝባዊ መነሳሳቶች የወረርሽኝ ውጤቶች ነበሩ። በቅርቡ ሰሜን አፍሪቃንና መካከለኛውን ምሥራቅ ያጥለቀለቀው አብዮትም የቅርብ ጊዜ የወረርሽን ምሳሌ ነው።

ስለ ወረርሽኞች ማወቅ ጥሩዎቹን ወረርሽኞችን ለመፍጠር፤ መጥፎዎቹን ደግሞ ለመከላከል ይጠቅማል። ይህ ጽሁፍ ቀጥታ ትርጉም ባይሆንም ማልኮም ግላድዌ፡ "መዳረሻ፡ ትናንሽ ነገሮች ትልቅ ለውጥ እንዴት እንደሚያመጡ" (The Tipping Point፡ How little things can make a big difrence) በሚል ርዕስ እአአ በ2000 በፃፈው መጽሃፍ ላይ ተመርኩዞ የተዘጋጀ ነው።

2. ሶስቱ የመዳረሻው ህግጋት

መዳረሻዎች በሶስት ህግጋት ይገዛሉ። እነዚህ ህጎች የአናሳዎች ህግ (Law of the Few)፣ መጣበቅ (Stickiness Factor) እና የሁኔታዎች ህግ (The Law of Context) በመባል ይታወቃሉ። እነዚህ ህግጋት በሥራ ላይ ከዋሉ የአንድን ነገር መዳረሻ በእውቅ መፍጠር ይቻላል።

2.1. የአናሳዎች ህግ (Law of the Few):

በማንኛውም የለውጥ ሂደት ውስጥ አንዳንድ (በቁጥር ጥቂት የሆኑ) ሰዎች ከሌሎች በርካታ ሰዎች በላይ ሂደቱን ይወስናሉ። ማኅበራዊ ወረርሽኝ ለማስነሳት ወሳኝ የሆኑ ጥቂት ሰዎችና ደጋፊ (ተከታይ) የሆኑ ብዙ ሰዎች ያስፈልጋሉ።

"የአናሳዎች ህግ" ለውጡን ለመቀስቀስ አስፈላጊ ስለሆኑ ጥቂቶች የሚመለከት ነው። በዚህ ሀልዮት መሰረት ማኅበራዊ ወረርሽኝን ለማስነሳት ጥቂት (ግን ችሎታ ያላቸው) ሰዎች ይበቃሉ። ይህንን ሀልዮት ለማብራራት 80/20 የሚባለው የማኔጅመንት መርህን ማስታወስ ይጠቅማል። መርህ 80/20 በአጭሩ "በ20% ልፋት 80% ውጤት ይገኛል" የሚል ነው።

የመርህ: 80/20 ምሳሌዎች

- በፕሮጀክት ሥራ ላይ የመጀመሪያው 10% እና የመጨረሻው 10% ማለትም የፕሮጀክቱ 20% የጠቅላላ ፕሮጀክቱ 80% ያህል ጊዜና ገንዘብ ይፈጃል።
- 100 ሠራተኞች ቢኖርዎ 80% ያህሉ የሥራ ሸክም የሚወድቀው በ20ዎቹ ሠራተኞች ላይ ሊሆን ይችላል።
- ነጋዴ ከሆኑ 80% በመቶ ያህሉን ሸያጭ የሚገዙት 20% ያህሉ ደንበኞችዎ ሊሆኑ ይችላሉ።
- የእለቱን ሥራዎን ከመዘኑ 80% ያህሉ ውጤት የሚያገኙት በ20% ጥረትና ጊዜ መሆኑ ይደርሱበታል።

መርሁ የግድ 80/20 ሳይሆን "ጥቂቶች" በተገቢው ቦታና ጊዜ ሲገኙ ወሳኝ ሚና እንዳላቸው የሚያስገነዝብ መርህ ነው። ጥቂት ሰዎች አብዮት ማስነሳት

እንደሚችሉ ተደጋግሞ የታየ ጉዳይ ነው። በቅርብ የነበረው አረብ አገራት አብዮት በቱኒዚያዊው መሃመድ ቦዛዚ መስዋዕትነት ሰበብ መነሳቱም ልብ ይሏል!!!

“ጥቂቶቹ” የተባሉት ሰዎች ግን ዝም ብሎ ጥቂቶችን ማለት አይደለም። እነዚህ ሰዎች በሚገባ የተደራጁ፤ አስፈላጊ የሆኑ ችሎታዎች ያላቸው መሆን ይኖርባቸዋል። ማኅበራዊ ወረርሽኝ ለመፍጠር እነዚህ “ጥቂቶች” የተባሉት አገናኞች (Connectors)፣ የኔታዎች (Mavens)፣ እና ቀስቃሾች (Salesmen) በተባሉ ሶስት ንዑስ ቡድኖች የተገነቡ መሆን ይኖርባቸዋል።

2.1.1. አገናኞች (Connectors)

አገናኖች ከብዙ ሰዎች ጋር ትውውቅ ያላቸውና ትውውቆቻቸውንም የሚጠብቁ ሰዎች ናቸው። ለስላሳ፣ ደካማ ግኑኝነቶች በዚህ ረገድ ሁሌም ከጠንካራዎቹ የተሻለ ያገለግላሉ። ጠንካራ ግኑኝነት ካለን ሰዎች (ለምሳሌ: በሀሳብ በብዙ ነገሮች ከምንግባባቸው ሰዎች) ጋር የምንኖረው በአንድ “ዓለም” ውስጥ ነው፤ ያሉንም መረጃዎች ተመሳሳይ ናቸው። ማኅበራዊ ወረርሽኝ ለማስነሳት ደካማ ግኑኝነቶች ትልቅ ሚና አላቸው። በማኅበረሰብ ውስጥ የአገናኞች ቁጥር ትንሽ ነው፤ ሆኖም እነሱ ብዙ ሰው ያገኛሉ (ወይም ብዙ ሰው እነሱን ያገኛቸዋል)። ከአገናኝ ጋር መጠጋት ለመረጃዎችና ለተለያዩ መልካም እድሎች ቅርብ ያደርጋል። አገናኝን ያሳመነ ሀሳብ በቶሎ ይሰራጫል። “እሉ ... ተባለ ...” በሚል የሚነሳ ማኅበራዊ ወረርሽን (Word of mouth epidemics) የአገናኞች የሥራ ውጤት ነው።

2.1.2. የኔታዎች (Mavens)

እነዚህ የብዙ ነገሮች መረጃዎች ያሏቸው ሰዎች ናቸው። ከዚህም በላይ የኔታዎች ያገኙትን መረጃ በማካፈል የሚደሰቱ ናቸው። የኔታዎች የዘወትር መምህራን እና ተማሪዎች ናቸው። የራሳቸውን እውነት ለአድማጮቻቸው ማጋራት ይሻሉ እንጂ እንደቀስቃሾች የመጎትጎት ፍላጎት የላቸውም። የኔታዎች የሚታመኑና የሚሰሙ ሰዎች በመሆናቸው መላውን ኔትዎርክ የመቆጣጠር ችሎታ አላቸው። የየኔታዎች መልዕክት ወረርሽኝን መፍጠርም ሆነ የተፈጠረውን ወረርሽን ለማጥፋት ወሳኝ ሚና አለው። ብዙዉን ጊዜ የኔታዎች የማኅበራዊ ተቋማት መሪዎችም ናቸው። የኔታዎች የሙያ ማኅበራት መሪዎች፣ የተማሪዎች ወይም የሴቶች ማኅበራት መሪዎች፣ የፓርቲዎች መሪዎች፣ የኩባንያ ማኔጀሮች ሊሆኑ ይችላሉ። እነዚህ ናቸው በሕዝብ ውስጥ ያለውን የተደበቀውን ብሶት (ጉምጉምታ) ስሜት በሚሰጥ መልክ የሚያቀርቡት።

2.1.3. ቀስቃሾች (Salesmen)

እነዚህ ሰዎችን አሳምነው ለተግባር የሚያነሳሱ ናቸው። ቀስቃሾች ንግግርን፣ ሙዚቃን፣ ስዕልን ... ወዘተ በመጠቀም የየኔታዎችን መልክት ፍሬ ነገሩ ብቻ ለተራው ሰው በሚገባውና በሚወደው መንገድ ያቀርቡለታል። የቀስቃሾች ዓላማ ለአጭር ጊዜ ቢሆንም እንኳን ቁጥሩ እጅግ በርካታ የሆነ ሕዝብ በአንድ መስመር ማስገባት ነው። ለሕዝባዊ ማዕበሎች መነሳት የቀስቃሾች መኖር ቁልፍ ጉዳይ ነው።

2.2. መጣበቅ (Stickiness Factor)

ይህ ህግ የመልዕክቱ ይዘትና አቀራረብን የሚመለከት ነው። መልዕክቱ በቀላሉ መዳረስ ብቻ ሳይሆን ከተቀባዩ ጋር “መጣበቅ” አለበት። መልዕክት በብዛት ቢዳረስም ሆነ በተከበሩ ሰዎች አንደበት ቢነገርም እንኳን አድማጩ አዕምሮ

ውስጥ የማይቀር ከሆነ ወረርሽኝ የማስነሳት አቅም አይኖረውም፡፡ የመልዕክቱ
ይዘት ደግሞ ቀላልና ግልጽ ብቻ ሳይሆን ወደሌሎች ለማዳረስም የሚያንጻጻ
መሆን ይኖርበታል፡፡

ምርጫ 97ን ወይም በቅርቡ የካይሮን የታህሪር አደባባይን ያስታውሱ፡፡ አንድ
ጽሁፍ እያነበቡ ያሉ እስኪመስል ድረስ የሰዎች ንግግር ተመሳሳይ ነበር፡፡
በሚያዝያ 30 1997 በመስቀል አደባባይ ወይም በካይሮ ታህሪር አደባባይ
የነበረው እያንዳንዱ ሰው ቃለ አቀባይ መሆን የሚችል ነበር፡፡

ስዕል 1: የሚያዝያ 30 ቀን 1997 ሰልፍ አዲስ አበባ

አንድ መልዕክት እበዙ ሰዎች አዕምሮ ውስጥ እንዲጣበቅ የሚያደርጉት
ባህርያትን ለይቶ ማውጣት አስቸጋሪ ነው፡፡ በአንድ ወቅት ማራኪ የነበረ
አቀራረብ በሌላ ጊዜ ላይሆን ይችላል፡፡ የአንድ መልዕክት ተቀባይነት መለካት
የሚቻለው በሙከራ ነው፡፡ መልዕክትን በተለያዩ አቀራረቦች አደባባይ

115

በማውጣት መፈተሽ ያስፈልጋል። በአንድ ወቅት የምትደረግ ትንሽ ለውጥ ማዕበሉን መቀስቀስ ትችላለች።

መልዕክቶች ዓይኖችንና ጆሮዎችን መማረክ ወይም ማስጠላት አለባቸው። ከቴሌቪዥን ማስታወቂያዎች መካከል የምናስታውሳቸው ወይ የወደድናቸው አለያም የጠላናቸውን ነው። የጠላነው ማስታወቂያም ቢሆን ተልዕኮውን ተወጥቷል። “There is no such thing as bad publicity” ወረርሽን ለመፍጠር የመልዕክተኛው ማንነት ወሳኝ ነው። የዚያኑ ያህል ግን የመልዕክቱ አጠቃላይ ይዘትና ድምፀት ወሳኝነት አለው። መልክቱ የሚታወስና በቀላሉ ሊፈፀም ወደሚችል ተግባር የሚመራ መሆን አለበት።

መልዕክቶችን በምስል፣ በተረት፣ በምሳሌ፣ በቀልድ ወዘተ ማስተላለፍ ከኛ ጋር ተጣብቀው እንዲቆዩ ለማድረግ ይረዳል!!!

2.3. የሁኔታዎች ህግ (The Law of Context)

አካባቢያዊ ሁኔታዎች በሰዎች ባህሪ ላይ ከፍተኛ ተጽዕኖ አላቸው። ቲያትር ቤትና ኳስ ሜዳ ውስጥ እኩል አንጮህም። “የተሰበረው መስኮት” ሀልዮት (The broken window theory) ጥቂት ሰዎች መስኮት ሲሰባብሩ ካዩ ሌሎችም ይቀላቀሏቸዋል። ሰዎች ሌሎች የሰሩትን ይደግማሉ። ለምሳሌ በሠርግ ውስጥ ጥቂቶች ወጥተው ከጨፈሩ ሌሎች ይቀላቀሏቸዋል። እንዲያዉም በኋላ የመጡት ቀድሞ የነበሩትን ለመብለጥ ይጥራሉ። መንግሥትን ተቃውሞ በመሰለፍም ቢሆን እንደዚሁ ነው።

በከባቢው ውስጥ የሚፈጠሩ ትናንሽ ለውጦች በመልዕክቱ ለውጥ የማምጣት አቅም ላይ ከፍተኛ ተጽዕኖ ሊኖራቸው ይችላል። በአንዱ ቦታ የሠራው በሌላ

ቦታ ላይሰራ ይችላል፤ በአንድ ወቅት የሆነው በሌላ ወቅት ላይሆን ይችላል። ማኅበረሰቡ ስነልቦናዊ ዝግጅት ሳያደረግ የደረሰ መልዕክትም ላይዳረስ ይችላል።

የአናሳዎች ህግ (The law of the Few) እዚህም ላይ ይሰራል። ወረርሽኝ የማስነሳቱ ሥራ መሠራት ያለበት በጥቂት ሰዎች ግንባር ቀደምትነትና እና በብዙ ደጋፊዎች ነው። ብዙ ሕዝብ በጉዳዩ ላይ በቀጥታ እጁን የሚያስገባ ከሆነ አንዱ ሌላው ምን እያሰበ እንደሆነ መገመት ይቸግረዋል። በመልዕክቱ አራማጆች መካከል መሰነጣጠቅ ይፈጠራል። ይህ ደግሞ ሊነሳ የነበረውን ሰደድ እሳት ወይም ወረርሽኝ ያስቀረዋል።

3. ማጠቃለያ

የብዙ ሰው ድጋፍ ያለው ሕዝባዊ ንቅናቄ (ማኅበራዊ ወረርሽኝ) የሚቀሰቀሰው በጥቂት ሰዎች ነው። እኚህ ጥቂት ሰዎች ግን በሚገባ የተደራጁ፤ አስፈላጊ የሆኑ ክህሎቶች (skills) ያላቸው መሆን አለባቸው። እኚህ ጥቂቶች እንደ ተሰጥኦዓቸውና ክህሎቶቻቸው አገናኞች፣ የኔታዎች ወይም ቀስቃሾች ሆነው መሥራት ይኖርባቸዋል። የኔታዎች መልዕክት ያፈልቃሉ፤ አገናኞች መልዕክቱን ያሰራጫሉ፤ ቀስቃሾች ደግሞ መልዕክቱ ከአድማጮች ጋር እንዲጣበቅና ለተግባር እንዲነሳሱ ያደርጋሉ። የታቀደ ለውጥ እንዲመጣ በሚገባ የተደራጁ ጥቂት ሰዎች መኖር ግድ ነው።

***

ክፍል አራት: ድርጅት

ትላልቅ ዓላማዎችን ለማሳካት ድርጅት ወሳኝ ነው። ድርጅቶች ደግሞ የቡድኖች ስብስብ ናቸው። በዚህ ክፍል ውስጥ ቡድኖችን፣ ድርጅትን፣ ትብብርንና ማኅበራዊ ካፒታልን የተመለከቱ ስምንት ምዕራፎች ቀርበዋል። እያንዳንዱ ምዕራፍ ብዙ መፃህፍት የተፃፈበት ቢሆንም እዚህ ግን ለውይይትና ለምርምር መነሻ የሚሆኑ ሀሳቦችን ብቻ ነው ማቅረብ የቻልኩት። ያም ሆኖ ግን ከእያንዳንዱ ምዕራፍ ለድርጅቶቻችን መዳበር የሚጠቅሙ ሀሳቦችን እናገኛለን የሚል ተስፋ አለኝ።

ምዕራፍ አሥራ ስድስት ላይ የቀረበው "ከጥሩ ወደ ታላቅ አንዳንድ ድርጅቶች ታላቅ ለውጥ ማምጣት ሲችሉ ሌሎቹ የሚያቅታቸው ለምንድነው?" በሚል ርዕስ የቀረበው ጽሑፍ ሙሉ በሙሉ የጂን ኮሊን "Good to Great: Why Some Companies Make the Leap .... and Others Not" በማሳጠር የቀረበ ነው። ምዕራፍ አሥራ ሰባት "አፈፃፀም: እቅድን ጨርሶ መተግበር" ደግሞ በአብዛኛው በላሪ ቦስዲ እና ራም ቻራን "EXECUTION: The Discipline of Getting Things Done" ላይ የተመሠረተ ነው።

በዚህ ክፍል ውስጥ የቀረቡ ምዕራፎች ብዙዎቹ በራሳቸው የሚቆሙ ቢሆንም እንኳም በቀረቡበት ቅደም ተከተል ቢነበቡ ይመረጣል።

ምዕራፍ አሥራ ሁለት

ስለቡድኖች:

ምንነት፣ ውጤታማነት፣ ችግሮችና እና የመፍትሔ ሀሳቦች

1. ቡድን

ቡድን፣ የጋራ ዓላማና ግቦች ባሏቸው፣ ለዓላማቸውና ግቦቻቸው መሳካት እያንዳንዳቸው የሚያበረክቱት ነገር መኖሩን ባወቁ እና የሚጠበቅባቸውን ለማበርከት ፈቃደኛ በሆኑ ሰዎች የተገነባ ስብስብ ነው።

በቡድን አባላት መካከል መቀራረብና መተዋወቀ አለ። የቡድን አባላት ስለጋራ ዓላማቸውና ግቦቻቸው ብቻ ሳይሆን ስለ ቡድኑ አሠራር (ማለትም መዋቅር፣ ደንቦችና ልማዶች) በቂ ግንዛቤ አላቸው ተብሎ ይገመታል። የአንዱ አባል ደህንነት (ከራሱ የግል የሥራ ውጤት በተጨማሪ) በሌላ አባል የሥራ ውጤት ጭምር የተመሠረተ በመሆኑ የቡድን አባላት በጋራ የወደፊት እድል የተሳሰሩ ሰዎች ናቸው።

2. የቡድን ሥራ ጥቅሞችና ጉዳቶች

2.1. የቡድን ሥራ ጥቅሞች

የቡድን ሥራን ዋና ዋና ጥቅሞችን በሚከተሉት ነጥቦች ማጠቃለል ይቻላል።

1. የግቦች ትልቅነት

ትላልቅ ግቦች በአንድ ሰው ጥረት ሊሳኩ አይችሉም። "ለታላቅ ግብ 'አንድ' እጅግ አነስተኛ ቁጥር ነው" (One Is Too Small a Number to Achieve Greatness) ይባላል። ትላልቅ ዓላማዎች በአንድ ወይም በጥቂት ሰዎች ሊጠነሰሱና ሊጀመሩ ይችላሉ፤ ወደ ግብ እንዲደርሱ ግን የብዙዎች ተሳትፎ ያስፈልጋል። በሌላ አገላለጽ ቡድኖች የማስፈፀም አቅምን ያጎለብታሉ።

2. ሲነርጂ

ሰዎች በቡድን (ወይም በማናቸው የኅብረት አደረጃጀት) ሲሠሩ የሚያመጡት ውጤት በየግላቸው ተሯሩጠው ከሚያመጡት ውጤት ድምር በላይ ከሆነ በቡድን ሥራ ምክንያት በትርፍ የተገኘው ውጤት ሲነርጂ ይባላል። ሁሉም የቡድን (የኅብረት) ሥራ ሲነርጂ የሚያስገኝ ባይሆንም ሲነርጂ እንዲኖር ግን በጋራ መሥራት የግድ ነው።

3. ቅልጥፍና

ቡድኖች ሥራን በመከፋፈል ነገሮችን ባነስ ወጪ፣ ባነሰ ሰዓት እና በተሻለ ጥራት ለማምረት ያስችላሉ። (ይህ ከላይ የተጠቀሰው የሲነርጂ አካል ተደርጎ ሊወሰድም ይችላል)

4. ማኅበራዊ ምርቶች

አንዳንድ ምርቶች በተፈጥሮዓቸው ማኅበራዊ ወይም ቡድናዊ ናቸው። ሰላም፣ ፍቅር እና መተሳሰብን ለብቻ መጠቀም እምብዛም ትርጉም የላቸውም። የቴሌፎን አገልግሎትንም ለብቻ መጠቀም የሚሰጠው እርካታ የለም። ስለዚህ አንዳንድ ነገሮችን ለማምረት ብቻ ሳይሆን ለመጠቀምም መቧደን ይኖርብናል። የኳስ ጨዋታን ለመጫወት ብቻ ሳይሆን ለማድነቅም እንቧደናለን።

ከዚህም በተጨማሪ ቡድኖች ሰዎችን ለጋራ ዓላማ ያስተባብራሉ። በጋራ በመሥራት ሳቢያ የሚገኘው መተሳሰብ ከቡድኑ ዓላማ ውጭም ላለ ተግባር ያገለግላል። ይህም ማኅበራዊ ካፒታል ይባላል።

በቡድኖች ውስጥ የተለያዩ ሀሳቦች ስለሚስተናገዱ ችግሮችን ከተለያዩ አቅጣጫዎች ለመመርመር ያስችላል። የቡድን ሥራ አሳታፊ ነው፤ በዚህም ምክንያት ዲሞክራሲያዊ ባህልን ያዳብራል።

ይህ ስለተባለ ግን የቡድን ሥራ ሁሌ ጠቃሚ ብቻ ነው ማለት አይደለም። የቡድን ሥራ አንዳንድ የታወቁ ጉዳቶች አሉት፤ ዋና ዋናዎቹ ከዚህ በታች ተዘርዝረዋል።

2.2. የቡድን ሥራ ጉዳቶች

1. ቡድኖች በሌሎች ሰዎች ድካም ለማትረፍ ለሚፈልጉ ብልጣ ብልጥ "ነፃ ጋላቢዎች" /Free riders/ ያመቻሉ።
2. በቡድን ውስጥ የግለሰቦችን አስተዋጽኦ መለየት ያስቸግራል። ይህም የግል ተነሳሽነትም ሊቀንስ ይችላል። በተመሳሳይ መንገድም የግል ሀሳቦች ተውጠው፤ ልዩነቶች ጠፍተው ወይም ተደፍጠው "ተመሳስሎ መኖር" ሊመጣ ይችላል።
3. ቡድኖች ለነገር ጥምዘዛ፣ ማምታታትና ማግባባት (manipulation) የተጋለጡ ናቸው።
4. በቡድኖች ውስጥ ውሳኔዎች ጊዜ ይወስዳሉ

3. የጥሩ ቡድን መለያዎች

የቡድን ሥራን ጥቅሞች አብዝተው፤ ጉዳቶቹን ደግሞ ቀንሰው መገኘት የቻሉ ጥሩ ቡድኖች በከፍተኛ መጠን ውጤታማ መሆናቸው የማይቀር ነው። በዚህም ምክንያት ጥሩ ቡድኖችን መፍጠር የጥሩ አመራር ዋነኛ ግብ መሆን የሚኖርበት። ጥሩ የሚባሉ ቡድኖች በሶስት አበይት ነገሮች ይለያሉ፤ እነሱም (1) የእርስ በርስ ግኑኝነታቸው፤ (2) ሥነምግባራቸው፤ እና (3) ለችግሮችና መፍትሔዎቻቸው ያላቸው አቀራረብ ናቸው።

3.1. የእርስ በርስ ግኑኝነት

"የእርስ በርስ ግኑኝነት" የቡድን አባላት እርስ በርሳቸው የሚነጋገሩበት፤ ሀሳብ የሚለዋወጡበት፤ ተስፋዎቻቸውን (ሕልሞቻቸውን) የሚጋሩበት መንገድ ነው።

በጥሩ ቡድን አባላት መካከል ስላለው የእርስ በርስ ግኑኝነት የሚከተሉትን ነጥቦች ማንሳት ይቻላል።

1. አባላት የተሰጣቸውን ሥራ ለማሸነፍ ለየብቻቸው አይዳከሩም። መረዳዳት የዚህ ቡድን አባላት የጋራ ባህል ነው። እያንዳንዱ አባል ርዳታ በፈለገ ጊዜ የጓዶቹን ድጋፍ ለመጠየቅ አይቸገርም፤ እርሱም ሌሎችን ለመርዳት ዝግጁ ነው።
2. መልካም ነገር በተሠራ ጊዜ የቡድኑ አባላት እርስ በራሳቸው ማበረታቻ ይሰጣጣሉ። "ጥሩ ሥራ ሠራህ፣ አበጀህ፣ አበጀሽ" ይባባላሉ። የድካማቸው ፍሬ የጠበቁትን ያህል ባያምር እንኳን ሙከራዎቻቸውን ያወድሳሉ። ማበረታቻዎች ማነቃቂያዎች እንደሆኑ ያውቃሉ።
3. አንድ አባል ጉድለት ሲፈፀም ሌላ አባል አይቶ ወይም ሰምቶ አያልፉም። በጉድለት ላይ አስተያየት ሲሰጥ ግን (1ኛ) አባሉን በማያሸማቅቅ መንገድ እንዲሆን ያደርጋል፤ (2ኛ) ጉድለትን መጠቆም ብቻ ሳይሆን የመፍትሔ ሀሳብንም ለማቅረብ ይጥራል፤ እና (3ኛ) ጉድለት ፈፃሚውም የመፍትሔው አካል እንዲሆን ያበረታታል። ለምሳሌ: "ከቤ ያቀረብከው እቅድ ጥሩ ነው፤ ግን ስሌቱ ላይ ብዙም አሳማኝ አይመስልም። አልማዝ እንዲህ ዓይነት ነገሮችን ብዙ ሠርታለች። እሷ ብታየው ምን ይመስልሃል?"
4. እያንዳንዱ አባል ከሌላ አባል ወይም ከሌሎች አባላት የሚቀርብበትን ወቀሳ በቀና መንፈስ ይቀበላል። እርስ በርስ መተቻቸት ለጋራ ጥቅም መሆኑን ስለሚታወቅ ነቀፋን ወይም ትችትን በስድብነት አይተረጉምም።
5. ከሥራ ውጭ በሆነ ጉዳይም ቢሆን የቡድን አባሎች ይደጋገፋሉ፤ ለአንዱ ችግር ሌሎች ፈጥነው ይደርሳሉ።
6. እያንዳንዱ አባል የራሱን የሥራ ድርሻ አጠናቆ ሌሎችን ለማገዝ ይቸኩላል።

3.2.ሥነ-ምግባርን በተመለከተ

የቡድን ሥነ-ምግባር ሲባል አባላቱ የተስማሙባቸውና በሥራ ላይ እየዋሉ ያሉ የሥነ-ምግባር መርሆዎች፣ ደንቦች፣ መመሪያዎች እና ፕሮቶኮሎችን ይመለከታል።

የጥሩ ቡድን አባል ከሌሎች ቡድኖች አባላት ጋር ሲገናኝ ቡድኑን እንጂ የገዛ ራሱን ብቻ አይወክልም። አዕምሮውን ለተለያዩ ሀሳቦች ክፍት ያደርጋል፣ ከራሱም የግል እምነትም ሆነ ከቡድኑ የጋራ አስተሳሰብ እጅግ የተለየ ቢሆንም እንኳን የሌሎችን አስተያየት በትዕግሥትና በንቃት ያዳምጣል።

የጥሩ ቡድን አባል በቡድኑ ስብሰባዎች ወቅት ሌሎች አባላት ሀሳባቸውን በነፃነት እንዲያቀርቡ ጊዜና እድል ይሰጣል።በሥርዓት ያዳምጣል፣ በሥርዓት ይናገራል። የአባላትን ሙሉና ንቁ ተሳትፎ ያበረታታል። በጎንዮሽ ውይይት አይጠመድም፣ አይጠምድምም። በቡድኑ በተያዘ ጉዳይ በንቃት ይሳተፋል። ሌሎች ተሳታፊዎችም ሥርዓት እንዲይዙ ይጥራል። ለቡድኑ ስብሰባዎች ቅድሚያ ይሰጣል። እያንዳንዱ ስብሰባ ፍሬዓማ እንዲሆን ይጥራል።

3.3.ለችግሮችና መፍትሔዎቻቸው ባላቸው አቀራረብ

የጥሩ ቡድን አባላት ችግሮችን የአንድ አባል ወይም የአንድ የሥራ ዘርፍ ሳይሆን የቡድኑ የጋራ ችግር አድርገው ይወስዳሉ። “ምን ብናደርግ ይበጃል?”” ሲሉ ራሳቸው ይጠይቃሉ እንጂ “ይህንን ማድረግ አንችልም”፣ “መፍትሔ የለውም” አይሉም። ውሳኔዎች ተግባራዊ ለማድረግ መወሰድ ያለባቸው ዝርዝር ተግባራት

ያቅዳሉ፣ ይተገብራሉ። ቡድኑ ያቀደውን ባላሳካ ወቅት የጋራ ኃላፊነት ይወስዳሉ እንጂ እርስ በርስ አይወነጃጀሉም።

የጥሩ ቡድን አባላት ከስህተቶቻቸው ፈጥኖ በመማር ውድቀቶችን ወደ ስኬት መረማመጃነት ይቀይራሉ። መረጃዎችን በመለዋወጥ ሁሉም አባላት በተመሳሳይ መረጃ ተመስርተው እንዲሠሩ ያደርጋሉ። በዋና ዋና ጉዳዮች አሸናፊና ተሸናፊ እንዳይኖር ሙሉ ስምምነት ላይ ለመድረስ ይጥራሉ። ችግሮችንም ሆነ የመፍትሔ ሀሳቦች የሚመዝኑት በቡድናቸው የጋራ ዓላማና ግቦች አንፃር ነው።

4. የቡድን ውጤታማነት እንቅፋቶች [5]

ቡድኖች ፍጹም ያልሆኑ ፍጡራን (የሰው ልጆች) ስብስቦች በመሆናቸው ሳንካዎች አሉባቸው። ቡድኖች ውጤታማ እንዳይሆኑ የሚያግዷቸውን እንቅፋቶችን ፈልጎ ማግኘትና መፍትሔ መሻት ለማኅበረሰብ አንድነትና ለኅብረት ሥራዎች መጎልበት ከፍተኛ አስተዋጽኦ አለው።

በዚህ ንዑስ ክፍል ቡድኖች ውጤታማ ከመሆን የሚያግዷቸው አምስት እንቅፋቶችን እንመለከታለን። አምስቱ እንቅፋቶች (1) የመተማመን እጦት፤ (2) ቅራኔዎችን መፍራት፤ (3) የዝግጁነት ማነስ፤ (4) ከተጠያቂነት መሸሽ፤ እና (5) ለውጤት ተገቢውን ትኩረት አለመስጠት ናቸው።

---

5. ይህ ንዑስ ክፍል Patrick Lencioni. The Five Dysfunctions of a Team በሚል ርዕስ በ Jossey-Bass አሳታሚዎች አማካይነት እ.አ.አ. በ 2002 ባሳተሙት መጽሐፍ ላይ የተመሠረተ ነው።

አምስቱ እንቅፋቶች

ስዕል 1፡ አምስቱ እንቅፋቶች

4.1. እንቅፋት አንድ፡ የመተማመን እጦት

የመተማመን እጦት (ወይም በቡድን አባላት መካከል የሚኖር ጥርጣሬ) ቡድኖች ውጤታማ ከመሆን ከሚያደርጉ እንቅፋት አንዱ ነው።

በጥርጣሬ የተሞላ ቡድን ውጤታማ ለመሆን ይቸግረዋል። በአባላት መካከል ጥርጣሬ ካለ መፈራራት ይነግሥና "ሳንሱር" ያልተደረገ እውነተኛ የሆነ ስሜት የሚገልጽ ውይይትና ክርክር ማድረግ የማይቻልበት ሁኔታ ይፈጠራል። የቡድን አባላት የልባቸውን በልባቸው ይዘው ይስማማሉ። አባላት ከልባቸው ባላመኑበት ጉዳይ ተስማምተው ስለሚወጡ ለቡድኑ ውሳኔዎች ከልባቸው ተገዢ አይሆኑም። ከልባቸው ባልተቀበሏቸው ውሳኔዎች ተጠያቂ እንዳይሆኑ ደግሞ የተቻላቸውን ያደርጋሉ። ተጠያቂነት የጎደለው የሥራ ክንውን የታቀደለትን ውጤት ማምጣት ያቅተዋል።

የመተማመን እጥረት ሌሎችንም እንቅፋቶች ጎትቶ ያመጣል። መተማመን በጎደለው ቡድን ውስጥ ያሉ አባላት ስህተቶቻቸውና ድክመቶቻቸውን ከባልደረቦቻቸው ይደብቃሉ። አንዱ የሌላውን እርዳታን መጠየቅንም ሆነ ገንቢ የሆነ ሂስ መስጠትን አይደፍሩም። ከራሳቸው ኃላፊነት ውጭ ባሉ ቦታዎች ላይ ሌሎችን ማገዝን አይፈልጉም። በአንፃሩ ሰዎችን ለመፈረጅ ይቸኩላሉ። ለጓደኞቻቸው ችሎታዎች እውቅና መስጠት ያቅታቸዋል፤ ከእነሱ የመማርንም እድል ያስመልጣሉ። በማስመሰል ጊዜና ጉልበት ያጠፋሉ። መነጫነጭ ያበዛሉ። ትዕዛዞችን "ይዘነጋሉ"፤ በስብሰባዎች ላለመገኘት ሰበቦችን ያገኛሉ።

ጥርጣሬ ቡድን የማያቋርጥ ዑደት ውስጥ ያስገባል። በቡድን ውስጥ በሌሎች አባሎቻቸው ታማኝነት ላይ ጥርጣሬ ያላቸው አባላት ካሉ ጥርጣሬዓቸው ቡድኑን የመቆጣጠር ፍላጎት ሊያሳድርባቸው ይችላል። ይህ ደግሞ በተራው ሳያማክሩ መወሰንን ያስከትላል። አሁን ቡድኑ በሙሉ አቅም እየሠራ ባለመሆኑ የአቅም ማነስ ይደርስበታል። የተወሰኑ አባላትም የመገለል ስሜት ያድርባቸዋል። ይህም የቡድኑን አንድነት በትኖ "እነሱ" እነሱ" እየተባባሉ የሚጠራሩ ትናንሽ አንጃዎችን ይፈጥራል። ይህ ደግሞ ሌላ የባሰ ጥርጣሬ ይፈጥራል።

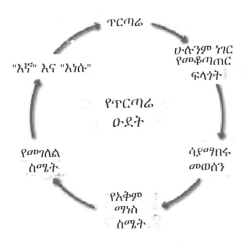

ስዕል 2: የጥርጣሬ ዑደት

መተማመን የቡድን ሥራ መሠረት ነው። መተማመን ሳይኖር የቡድን ሥራ መሥራት በጣም አስቸጋሪ ነው። መተማመን ስሱ (vulnerable) ሆኖ መገኘትን ይጠይቃል። "ምሉዕ አይደለሁም፤ የሚጎለኝ ነገር አለ። እኔ የጎደለኝን ነገር ወዳጄ ይሞላልኛል" ብሎ ማሰብና ማመን ይፈልጋል። ይህ ለአንዳዶች አይዋጥላቸውም። አንዳንዶች ራሳቸውን ምሉዕ በኩልሄ አድርገው ስለሚያዩ በቡድን የመሥራት አስፈላጊነት አይታያቸውም። መተማመንን ለመገንባት ጊዜ ሊወስድ ይችላል። ተደጋጋሚ የንግድ ልውውጥ ማድረግ መተማመንን በገበያተኞች መካከል እንደሚፈጥር ሁሉ። በቡድን አባላት መካከልም መተማመንን ለመፍጠር በርካታ የጋራ ሥራዎች መከወን አለባቸው። መተማመንን የማዳበር ሥራ እስከመቼውም የሚያልቅ ነገር አይደለም።

4.2. እንቅፋት ሁለት: የቅራኔዎች ፍራቻ

ታላላቅ ግኑኝነቶች እንዲያድጉ ቅራኔ ያስፈልጋቸዋል። በትዳርም፣ በጓደኝነትም፣ በቢዝነስም ሆነ በፓለቲካ ይህ ትክክል ነው። ቅራኔ ከሌለ እድገት የለም። በሌላ በኩል ደግሞ ቅራኔ አስጨናቂና አውዳሚ ነገር ነው። ቅራኔ ድርጅት ሊያዳክም ከዚያም አልፎ ሊበትን ይችላል።

ሰዎች የቅራኔዎችን ክፋት ብቻ በማየት ሁሌ መለሳለስን እና በስሜት መከራከርን እንኳን ሳይቀር ሊጠሉ ይችላሉ። እውነታው ግን ቅራኔ ክፉም በጎም ጎኖች እንዳሉት መቀበል ነው።

ቅራኔ ሲበዛም ሲያንስም ጥሩ አይደለም። ከዚህ በታች ያለው ግራፍ እንደሚያሳየው "መካከለኛ" መጠን ያለው ቅራኔ ለተሻለ ውጤት አስተዋጽዖ ያደርጋል። እርግጥ ነው ያ "መካከለኛ" የተባለው ቅራኔ ምን ያህል ነው? ተብሎ ቢጠየቅ አርኪ ምላሽ መስጠት አስቸጋሪ ነው። ሆኖም የቅራኔው መጠን ግን ምናልባት "እልህ" የተሰኘው ስሜት የተሻለ ይገልፀው ይሆናል። ችግሮችን ተወጥቶ የማሸነፍ እልህ፤ ችግሮችን ለመብለጥ ባለ ጉጉት የሚፈጠር እልህ፤ "ዓላማችን ሲከሸፍ አላይም" የሚለው ያለመሸነፍ እልህ ሰውን ከራሱም ከወዳጆቹም ጋር ገንቢ ቅራኔ ውስጥ ሊያስገባው ይችላል።

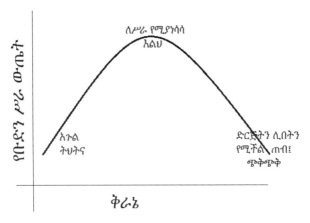

ስዕል 3፡ ቅራኔ እና ውጤት

የቅራኔ አንዳንድ በጎ ጎኖች

- ቅራኔ ራስን መገንቢያ ነው (helps establish our identity and independence). ግለሰብም ሆነ ቡድን ራሱን ከሌሎች የሚለይበትና "እኔ" ብሎ ራሱን የሚያሳውቅበት መሣሪያው ነው። ለምሳሌ ልጆች ሲጎረምሱ ከወላጆቻቸው ጋር በሚገቡት ቅራኔ የራሳቸውን "ነፃነት" ያውጃሉ። ቡድኖችም የራሳቸውን መታወቂያ ለማበጀት ቅራኔ ውስጥ ይገባሉ።
- ቅራኔ የግኑኝነቶች ጥልቀትና የአስፈላጊነት መጠን መግለጫ ናቸው። አምርረን ቅራኔ ውስጥ የምንገባው ለህልውናችን እጅግ አስፈላጊ በመሰለን ጉዳይ ነው። አስፈላጊ ባልመሰሉን ጉዳዮች ላይ ፍቅርም ሆነ ጥል ጥልቀት የላቸውም።
- ቅራኔ አዳዲስ ግኑኝነቶችን ይፈጥራል፤ ቀድሞ የማይተዋወቁ ግለሰቦችንና ቡድኖችን ያስተዋውቃል። አንዳንድ ጥምረቶችን አፍርሶ ሌሎች ጥምረቶችን ይፈጥራል።

- ቅራኔ ነባር ህጎች እንዲመረመሩ፣ እንዲከለሱ ወይም ጭርሱን እንዲለወጡ ያድርጋል ።
- ቅራኔ አዳዲስ ግኙኝነቶችን፣ ተቋማትን ህጎችን፣ አስተሳሰቦችን ይወልዳል።
- ያለ ቅራኔ ለውጥ የሚታሰብ አይደለም።

በጎ እና ክፉ ቅራኔዎች በውጫዊ መገለጫዎቻቸው ተመሳሳይ ናቸው። ሁለቱም በስሜት በተሞሉ (ንዴት፣ ብስጭት፣ ጩኸት ...)እንቅስቃሴዎች ይገለፃሉ። በይዘት ግን ሁለቱ በጣም የተለያዩ ናቸው። በጎ ቅራኔዎች በሀሳብና አስተያየቶች ላይ ያተኩራሉ። ክፉዎቹ ግን በሰዎች ስብዕና ላይ ያተኩራሉ።

ቅራኔን የሚፈራ ቡድን ስብሰባዎቹ አሰልቺ ናቸው። እነዚህ ስብሰባዎች የጎንዮሽ ንግግሮች፣ አሽሙሮችና አግቦዎች ይበዙበታል፤ በፊት ለፊት የሚወሩና በየግል የሚወሩ ነገሮች የተለያዩ ናቸው። ለቡድኑ እድገት አስፈላጊ ሆኖም ግን ላያስማሙ የሚችሉ ጉዳዮች ይታለፋሉ። “ሀሳቤን እንዴት አድርጌ ላቅረበው” በሚል ስጋትና የተቃውሞ አደጋን በመቀነስ ሥራ አባላት ጊዜና ጉልበት ያባክናሉ።

ቅራኔ የማይፈራ ቡድን ግን ወሳኝ በሆኑ ጉዳዮች ላይ “የጦፈ” ክርክር ያደርጋል። ነገሮችን በሚገባ አብስሎ ስለሚወስን ውሳኔዎችን ወደ ተግባር ለመመንዘር ቀላል ነው። አንዴ ወደ ወሰናቸው ጉዳዮች ተመልሶ የመምጣቱ እድሉ ዝቅተኛ ስለሆነም በቂ ክርክር ማድረግ ወጪ ቆጣቢ ነው።

በአባላት መካከል ገንቢ ቅራኔ እንዲኖር መተማመን መኖር አለበት። መተማመን ሲኖር ነው በስሜት የታጀቡ፣ ሳንሱር ያልነካቸው ሀሳቦች የሚቀርቡት። መተማመን ከሌለ በስብሰባ የምትሰሙት ቃል የተናጋሪውን እምነት የማይወክሉ

የታሹና የተከሸኑ ዓረፍተ ነገሮች ሊሆኑ ይችላሉ ። በፍሬዓማ ቡድን ውስጥ እንኳን ቢሆን ቅራኔዎች ምቾች የሚሰጡ ነገሮች አይደሉም። ስለዚህም በሀሳብ መጣላት ለጋራ በጎ መሆኑን የቡድን አባላትን ማስታወስ ይጠቅማል።

አንድ ቡድን የቅራኔዎች አፈታት ግልጽ ህጎች ሊኖሩት ይገባል። ሕጉ በቂ ውይይት በተደረገበት ጉዳይ ላይ መግባባት ላይ መድረስ ካልተቻለ ምን መደረግ እንዳለበት መግለጽ አለበት። ለምሳሌ በድምጽ ብልጫ መወሰን።

4.3. እንቅፋት ሶስት: የዝግጁነት ማነስ (Lack of Commitment)

ከቡድን ሥራ አንፃር ዝግጁነት በሁለት ነገሮች ይወሰናል - በግልጽነትና በቅቡልነት። ውሳኔዎች ግልጽ፣ ወቅታዊና በአባላቱ ቅቡል (ተቀባይነት ያላቸው) መሆን አለባቸው። "ቅቡል" ውሳኔዎች ማለት የግዴታ የግል ምርጫ የሆነ ውሳኔ ማለት አይደለም። ቅቡል ማለት ከመርህ አንፃር ተቀባይነት ያለው ማለት ነው።

ከሁሉም በላይ በክርክሩ ወቅት የውሳኔውን ሀሳብ አምርረው ይቃወሙ የነበሩ የቡድን አባላት የውሳኔን ቅቡልነት ማመን አለባቸው። ለምሳሌ፤ "ተቃውሞየን በቻልኩት መጠን አቅርቤዓለሁ፤ ግን አብዛኛውን አባል ማሳመን ባለመቻሌ የኔ አማራጭ ተቀባይነት ሳያገኝ ቀርቷል። ትክክል ባይመስለኝም የአብላጫዎችን ውሳኔ አከብራለሁ፤ አስፈጽማለሁም" ማለት የውሳኔ ቅቡልነት ማረጋገጫ ነው።

በዝግጁነት ላይ ያሉ ሁለት ደንቃራዎች

1. የሁሉንም አባላት ድጋፍ ለማግኘት መመኘትና ለዚህም መሥራት።

የሁሉንም ሰው ድጋፍ ማግኘት አስቸጋሪና አድካሚ ነው። ምክንያታዊ ሰዎች ሀሳባቸው እንዲሰማላቸው እና የውሳኔው አካል እንዲሆን እንጂ የግድ የሚያምኑበት ሀሳብ ብቻ እንዲያልፍ የሚፈልጉ ባለመሆኑ የሁሉምን አባላት ድጋፍ ማግኘት እንደ ግብ መያዝ ያለበት ጉዳይ አይደለም።

2. እርግጠኛ ለመሆን መፈለግ

ሁሌ እርግጠኛ መሆን አይቻልም። ሌላው ቀርቶ "ተጨማሪ መረጃዎችን እናግኝ" በሚል ጉዳዮች ከመጠን በላይ የሚጎተቱ ከሆነ (ሀ) ጊዜ ሊያልፍ ይችላል (ለ) ቡድኑ በራስ የመተማመኑ መጠን እየተሸረሸረ ሊሄድ ይችላል።

ዝግጁነት የጎደለው ቡድን አቅጣጫና የሥራዎች ቅደም ተከተል በተመለከተ ብዥታ ውስጥ ያለ ይሆናል። "በጥናት" ብዛት ወይም ውሳኔዎችና ሥራዎች የሚዘገዩ በመሆናቸው መልካም አጋጣሚዎች ያመልጧቸዋል። የመውደቅ ፍርሃትንና በራስ ላይ እምነት ማጣትን ያጎለብታል። ውሳኔዎች ደጋግሞ ይከልሳል፤ አባላቱ ተነጋግረው ወዳለፉ ጉዳዮች ደጋግመው ይመለሳሉ።

ዝግጁነት ግልጽነትንና ቅቡልነትን ይፈልጋል። ግልጽነት ቡድኖች በብዥታ ውስጥ ሆነው በግምት እንዳይወስኑ ያደርጋቸዋል። ቅቡልነት መስማማትን አይጠይቅም። ያልተስማሙ አባላት እንኳን ውሳኔው በህገ ደንቡ መሰረት የተፈፀመ ስለመሆኑ ጥርጣሬ ከሌላቸው ለማስፈጸም አይቸገሩም።

ስዕል 4፡ ሀሳብና ተግባር

የመውደቅ ወይም ስህተት የመፈፀም ፍርሃት ቡድኖች ውሳኔዎቻቸውን ለማስፈፀም ዝግጁዎች እንዳይሆኑ የሚያደርግ ትልቅ እንቅፋት ነው። ሰዎች ሠርቶ ከመሳሳት ምንም አለመሥራትን ሊመርጡ ይችላሉ። የሚሠራ ሰው የሚሳሳት መሆኑ አባላት እንዲረዱ ማድረግና እና ስህተቶችን ወደ ስሌት መረማመጃነት የመቀየር ክህሎት ማዳበር ለዚህ መፍትሔ ሊሆን ይችላል። ከዚህ ጋር ተያያዥነት ያለው ጉዳይ ደግሞ በጉዳዩ ያገባናል የሚሉ የድርጅቱ አባላት ያልሆኑ ሰዎችም ውስጥ ለመተች የተዘጋጁ አስቀድሞ ማወቅና ራስን ማዘጋጀት ይጠይቃል።

ቡድኖች የአባሎቻቸውን ሙሉ ስምምነት (unanimity) ለማግኘት ከሚገባ በላይ ጥረት የሚያደርጉ ከሆነ የውሸት ስምምነትን ያበረታታሉ። በይሉኝታ የሚደረግ ስምምነት ደግሞ ለተግባር አያዘጋጅም። ከልብ ያላመንበትን ነገር መተግበር ስለሚቸግረን አንድ ውሳኔ ሀሳቡን ሲቃወም በነበረው አባል ዘንድ ቅቡል ቢሆንም እንኳን ተግባሩን ባይመራው ይመረጣል።

የዝግጁነት ማነስን ለመቀነስ ቡድኖች የተለያየዩ ስልቶችን ተግባራዊ ማድረግ ይጠበቅባቸዋል። ለምሳሌ በዋና ዋና ስብሰባዎች መጨረሻ በውይይት ወቅት የተነሱ የድጋፍም ሆነ የተቃውሞ ሀሳቦች ለቡድኑና ለሥራው ጥቅም ሲባል የቀረቡ እንደነበሩና የውስጥ ሚስጢሮች መሆናቸውን ማስታወስ ይጠቅማል። ይህ የተደረገውም አባላትን በመጠራጠር የመጣ ሳይሆን የአባላትን አዕምሮ ለማንቃት ሲባል መሆኑ የጋራ ግንዛቤ መኖር አለበት።

ለዋና ዋና ውሳኔዎች የመጣባበቂያ እቅድ (contingency plans) እና አያምጣውና ትንበያ (worst-case scenario) ማዘጋጀት የመሳሳትን ፍርሃት ይቀንሳል።

4.4. እንቅፋት አራት፡ የተጠያቂነት ማነስ

አንድ የቡድን አባል ሥራን ወይንም ቡድኑን በሚጎዳ ባህርዩ ወይም ተግባር ሳቢያ በቡድኑ አባላት ሊወቀስ፣ ሊገሰጽ፣ ሊቀጣ ፈቃደኛ ሊሆን ይገባል። የዚህ ፈቃደኝነት መጠን ነው ውጤታማ ተጠያቂነት የሚያሰፍነው። አንድ አባል የሌላኛውን የሥራ አፈፃፀም ለመመዘን (ማለትም ተጠያቂ ለማድረግ) ከሥራው ይጠበቅ ስለነበረው ውጤት በቂ ግንዛቤ ሊኖረው ይገባል።

በቡድን ውስጥ ተጠያቂነትን ማስፈን ቀላል ነገር አይደለም። ባልንጀራን መውቀስ ከዚያም አልፎ መቅጣት ምቾች አይሰጥም። ተጠያቂነት አስቸጋሪና አድካሚ ክርክር ውስጥ ሊያስገባ ይችላል። በአንፃሩ በእነዚህ ፍርሃቶች ምክንያት ተጠያቂነትን ካስቀሩ ቡድኑ ሚሸሾ ይጠፋል፤ ወዳጅነቱም ይቀራል።

ተጠያቂነትን የሚሸሽ ቡድን ውጤታማ ሥራን የሚጠብቁ አባላቱን ያበሳጫል፤ ስንፍናን ያበረታታል። በተባለው ቀን ሥራ አያልቅም እና/ወይም የተባሉት ሥራዎች ተጠናቀው አይሰሩም።

በጠንካራ ቡድኖች ውስጥ ተጠያቂነት ያለው በአቻዎች መካከል መሆኑ መታወቅ ይኖርበታል።

ስዕል 5: ያልተቀናጀ የቡድን ሥራ

4.5. እንቅፋት አምስት: ለውጤት ተገቢውን ትኩረት አለመስጠት

ውጤት ላይ ያለው ትኩረቱ የላላ ቡድን ባለበት ይቆማል፤ ተፎካካሪዎቹን መርታት ያዳግተዋል። ከዚህም በላይ ውጤት ፈላጊ (ውጤት-ተኮር) የሆኑ አባላቱን ያጣል። ዘላቂ ግቦችን በአጫጭርና ጊዜዓዊ፤ የቡድን ግቦችን በግለሰብ ግቦች መተካት ይመጣል። ቡድኑ በቀላሉ ከመስመሩ ሊወጣ ይችላል።

አንድ ቡድን አሳካለሁ ያለውን ግብ ማሳካት አለማሳካቱ የሚመዝንበት መለኪያ አስቀድሞ ማዘጋጀት ይኖርበታል። የአንድ ታላቅ ቡድን ታላቅነት መለኪያው አስቀድሞ ያስቀመጠውን ግብ ማሳካቱ ነው። ስለሆነም ላለመዘናጋት ቡድኖች ግቦቻቸውን በቅደም ተከተል ማስቀመጥ ይኖርባቸዋል። ቡድኖች ግቦቻቸውን ከተቻለ በገሃድና በግልጽ ማስቀመጥ ይኖርባቸዋል። "የተቻለንን ሁሉ እናደርጋለን" ማለት ግብ አይደለም። ትርጉም በሚሰጥ ሁኔታ የማይለካ ግብ፣ ግብ አይደለም።

ለተጨማሪ መረጃ

Patrick Lencioni (2002), The Five Dysfunctions of a Team. Jossey-Bass,

Patrick Lencioni (2005), Overcoming the Five Dysfunctions of a Team. Jossey-Bass,

ምዕራፍ አሥራ ሦስት

በቡድኖች ውስጥ ስለሚነሱ ቅራኔዎች እና አያያዛቸው

1. ትርጓሜ

“ቅራኔ” ሰፊ ትርጉም ያለው ጽንሰ ሀሳብ ነው። በዚህ አጭር ጽሁፍ ውስጥ ግን “ቅራኔ” ማለት “በአንድ ቡድን ወይም ድርጅት አባላት መካከል በሀሳብ፣ በፍላጎት፣ በስልት ወይም በሌላ ማናቸውም ምክንያት የሚፈጠር አለመግባባት” ማለት ነው።

በዚህ ጽሁፍ ትኩረታችን በቡድኖች ውስጥ ስለሚነሱ ቅራኔዎች ነው። ድርጅቶች የቡድኖች ስብስብ በመሆናቸው ስለቡድኖች የምንናገረው ስለድርጅትም ይሆናል።

2. የቡድኖች እድገት

ቡድኖች ከዚህ በታች ባለው ስዕል በተመለከተው መሠረት አስቀድሞ ሊገመቱ የሚችሉ አምስት የእድገት ደረጃዎች አሏቸው። ይህ ማለት ግን አንድ ቡድን በዚሁ ቅደም ተከተል እና የግድ በእነዚህ ደረጃዎች ማለፍ አለበት ማለት አይደለም። አንዳንዶች ቡድኖች ከምሥረታም ላያልፉ ይችላሉ፤ ሌሎች ደግሞ ከፍያለ ደረጃ ላይ ደርሰው ወደ ኋላ ሊንሸራተቱ ይችላሉ። ይሁን እንጂ

ደረጃዎቹን ማወቅ አስቀድሞ ለመዘጋጀት እንዲሁም ችግር ቢፈጠር ደረጃውን የሚመጥን ምላሽ ለመስጠት ያስችላል።

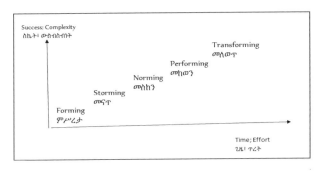

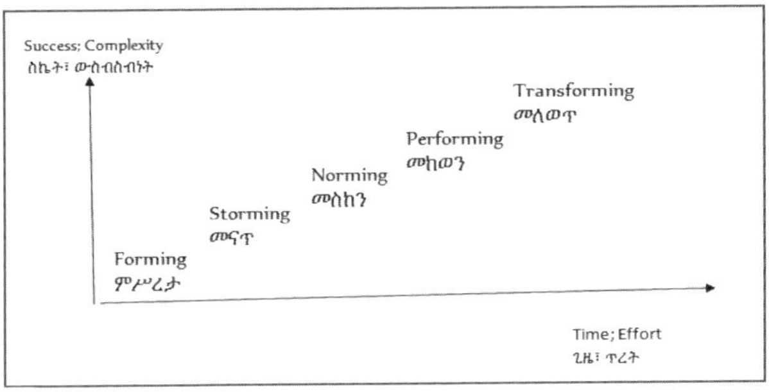

ስዕል 1: የቡድኖች የእድገት ደረጃዎች

i. ምሥረታ (Forming)

ይህ ቡድኑ የሚመሠረትበት ወቅትን ይመለከታል። በምሥረታ ወቅት አባላት እምብዛም አይተዋወቁም፤ ሆኖም ግን ያሰባሰባቸው ፍላጎት ጎልቶ የሚሰማበት ወቅት በመሆኑ ለውጤት መጓጓት እና ቀናነት በዝቶ የሚታይበት ጊዜ ነው። በዚህ ወቅት አባላት ጠንቃቃ፣ ጨዋ እና ትሁት ለመሆን ይጥራሉ። ይህ ወቅት አብዛኛዎቹ አባላት ቡድናቸውን በእግሩ ለማቆም ዋጋ ለመክፈል ፈቃደኛ የሚሆኑበት ጊዜ ነው

ii. መናጥ (Storming)

ከጥቂት "የጨዋነት" ጊዜ በኋላ ቡድኑ በቅራኔዎች የሚናጥበት ወቅት ውስጥ ይገባል። በዚህ ወቅት የቡድኑ ርዕይ (ዓላማ)፣ አመራር፣ ደንቦችና አሠራሮች በሚመለከት ቅራኔዎች ይነሳሉ።

በዚህ ወቅት: -

- የሥራ ድርሻን አለመወጣት
- ሥራን ለማሻሻል የሚቀርቡ ሀሳቦችን መቃወም
- የባህርይ መለዋወጥ
- የመሪዎችን ብቃት ጥርጣሬ ውስጥ ማስገባት
- ሳይሠሩ ውጤትን መጠበቅ
- ቅናት፣ መነጫነጭ፣ መዘላለፍ
- ወዘተ

ይበዛሉ።

አንድ ቡድን ውጤታማ እንዲሆን ይህንን ወቅት በድል መወጣት ይኖርበታል። ይህ እርከን የዚህ ጽሁፍ ዋነኛ ትኩረት በመሆኑ በስፋት እንመለስበታለን።

iii. መስከን (Norming)

የመናጥን ወቅት በድል የተወጣ ቡድን የመስከኛው እርከ'ን ላይ ይደርሳል። በዚህ እርከን ላይ የቡድን አባላት በግልጽ የታወቀ የጋራ ርዕይ አላቸው። በረዥምና በአጭር ጊዜ ግቦቻቸው ያሉ አንዳንድ ብዥታዎችን ያጠራሉ። ተቀባይነት ያላቸው ደንቦችና ህጎች በሥራ ላይ ያውላሉ። እናም በሰከነ ሁኔታ የተደራጁበት ዓላማ ላይ ማተኮር ይችላሉ። በዚህም ምክንያት ቡድኑ (ድርጅቱ) ከቀድሞው በተሻለ ውጤታማ ይሆናል።

iv. መከወን (Performing)

በዚህ እርከን ላይ የሚገኝ ቡድን አባላት ግልጽ የሆነ የጋራ ዓላማ አዳብረዋል። በመካከላቸው ከፍተኛ የሆነ መተማመን አለ። የመረጃ ልውውጦች ፈጣንና ክፍት ናቸው። ቡድኑ የተመሠረተበትን ዓላማ በማያጠራጥር ሁኔታ ማሳካት በሚችልበት ደረጃ ላይ ነው።

v. መለወጥ (Transforming)

ባለበት የሚቀር ነገር የለምና ውጫዊ ሁኔታዎች ሁሌም እንደተቀየሩ ነው። በጣም ውጤታማ የሆነ ቡድን ራሱን ከሁኔታዎች ጋር መቀያየር ይችላል። ቡድኑ ሲመሠረት ያልነበሩት ዓላማዎች አሁን እንዲኖሩት ሊደረግ ይችላል። እዚህ ደረጃ ላይ የደረሰ ቡድን ራሱን የመለወጥ አቅም አለው።

3. ጥቂት ነጥቦች ስለቅራኔዎች በአጠቃላይ

ቅራኔዎች ቡድንን ሊበትኑ ይችላሉ፤ ስለሆነም ጎጂነታቸው ጉልህ ነው። ይሁን እንጂ ቅራኔዎች ጥቂት ጠቃሚ ጎኖችም እንዳሏቸው መገንዘብ ይጠቅማል።

ስለ ቅራኔ የሚከተሉትን በጎ ነገሮች ማለት ይቻላል።

- ቅራኔ “በቅርጫት ውስጥ ያለውን የበሰበሰውን ፍሬ” ለማውጣት ይጠቅማል። የበሰበሰ ፍሬ በጊዜ ካልወጣ መላውን ቅርጫት ፍራፍሬ ከጥቅም ውጭ ሊያደርግ ይችላል። ይህ በተለምዶ The Law of Bad Apple ይባላል።

- ቅራኔ ነባር ግኑኝነቶችን የሚያበላሽ ቢሆንም አብዛኛውን ጊዜ አዳዲስ ግኑኝነቶችን ይፈጥራል። አዳዲሶቹ ግኑኝነቶች ከቀድሞዎች የበለጠ ዋጋ ያላቸው እና ውጤታማ ሊሆኑ ይችላሉ።
- ቅራኔ የቡድን አባላትን "ሁሉም ነገር ሰላም ነው" ብለው ከተዝናኑበት "የምቾች ዞን" እንዲወጡና ህቅን እንዲጋፈጡ ያደርጋል። እናም ቅራኔዎች የእድገት ምንጭ ሊሆኑ ይችላሉ።
- ቅራኔ ህጎች፣ ደንቦች፣ መመሪያዎች እንደገና እንዲቃኙና እርምት የሚሹት እንዲታረሙ መንገድ ይከፍታል።

በቡድን ውስጥ የተለመዱ የቅራኔ መነሻዎችን ማወቅ "የመናጥን" ወቅት በድል ለመወጣት እድል ይከፍታል።

አምስቱ ዋና ዋና የቅራኔ ምንጮ፤ ግለሰብ፣ መስተጋብር፣ ደንቦችና ልማዶች፣ የውጭ ግኑኝነትና እና ይዘት ናቸው። መሪዎች ዓይኖቻቸውን ከአምስቱ የቅራኔዎች ምንጮች መንቀል የለባቸውም። አለበዚያ ቡድናቸው በቅራኔዎች ተዳክሞ የሚጠብቁትን ውጤት ላያገኙ ይችላሉ።

3.1. ግለሰብ እንደ ቅራኔ ምንጭ

አንድ አባል የተሳሳተ ግንዛቤ በመያዙ፤ ወይም በሆነ ምክንያት ስሜቱ በመሻከሩ ወይም ፍላጎቱ በመቀየሩ ሳቢያ ከቡድኑ ጋር ቅራኔ ውስጥ ሊገባ ይችላል። እነዚህ የስሜት መዛባቶች በመነጫነጭ እና የቡድን ግዴታዎችን ባለመወጣት ይጀምርና ቀስ በቀስ ጎልተው ወደሚታዩ ማፈንገጦች ያድጋል።

ግለሰቡ የደረሰበት የስሜት ወይም የግንዛቤ መዛባት ከፍተኛ ከሆነ ማናቸውንም ቡድኑን የሚመለከቱ ነገሮችን በቀና መመልከት ይሳነዋል። እንዲህ ዓይነቱ አባል አዕምሮው ከፈጠረው ምስል ውጭ ሌላ ነገር ማየት ይቸግረዋል። ይህ የአስተሳሰብ ለውጥ የሚፈጥረው ጭንቀት ወዳጆቼ ከሚላቸው እንኳን የሚቀርብ የማግባቢያ ሀሳብ እንዳይቀበል ሊያደረገው ይችላል። ግለሰብ አባል ከሚከተሉት በአንዱ ወይም በጥቂቶቹ ምክንያቶች ከቡድኑ ጋር ቅራኔ ውስጥ ሊገባ ይችላል።

- የማይፈልገው ኃላፊነት ሲሰጠው፤ ወይም የሚፈልገው ኃላፊነት ሳይሰጠው ሲቀር፣
- የተሰጠው ኃላፊነት ትክክል በመሰለው መንገድ እንዳያሳድግ ሆነ ተብሎ ማዕቀብ የተጣለበት መስሎ ሲሰማው፣
- የተሰጠው ኃላፊነት መወጣት ሲያቅተው፤ ወይም የተሰጠው ኃላፊነት የሚጠይቀው ሙያ ሳይኖረው በመቅረቱ የስነ ልቦና ስብራት ሲደርስበየት፣ ወይም
- የተሰጠው ኃላፊነት ከሚገባው በላይ ለጥጦና አስፍቶ ሲተረጉም።

ይህ ግለሰብ የአመራር አባል ወይም ደግሞ በቡድኑ ውስጥ ተሰሚነት ያለው ሰው ከሆነ ጉዳቱ ከፈተኛ ሊሆን ይችላል።

3.2. መስተጋብር (Interaction at Psychosocial Level) እንደ ቅራኔ ምንጭ

ይህ በቡድን አባላት መካከል ያለውን መስተጋብር ማለትም የቡድኑን ማኅበራዊ ስነልቦናን የሚመለከት ነው።

በማወቅም ሆነ ባለማወቅ የተወሰኑ አባላት በቡደን ውስጥ የተለየ ግኑኝነት በመፍጠር በቡድናቸው ውስጥ የነበረው ጤናማ መስተጋብር ሊያዛቡት ይችላሉ። በዚህ ወቅት በቡድኑ ውስጥ ሌላ ቡድን ይፈጠራል። ይህ ስብስብ የተለየ ዓላማ ይኑረውም አይኑረው "የእነ እከሌ ወገን" የሚባል መኖሩ ብቻውን እንኳን የቅራኔ ምንጭ ሊሆን፤ ቀስ ብሎም ቡድኑን መሰንጠቅ ለሚችል አንጃ መፈጠር ምክንያት ሊሆን ይችላል። በድርጅቶች (ወይም በትላልቅ ቡድኖች) ውስጥ ትናንሽ ስብስቦች እንዳይኖሩ ማድረግ አይቻል ይሆናል፤ ሁሉም ስብስቦች አፍራሽ አይደሉም። በዚህም ምክንያት ጎጂ ሊሆኑ የሚችሉ ስብሰቦችን ነጥሎ መከላከል ይገባል።

በአንድ ቡድን (ድርጅት) ውስጥ ስድስት ዓይነት ስብስቦች እንደሚኖሩ መጠበቅ ይበጃል።

1. የቡድኑ ዓላማ ተሸካሚዎች (the initiative carrier) - ይህን ሥሩ እስኪባሉ የማይጠበቁ ንቁ አባላት የተሰባሰቡበት እጅግ ጠቃሚ የሆነ ስብስብ ነው። ከፍተኛው የአመራር አካላት የዚህ ስብስብ አባላት እንደሚሆኑ ይጠበቃል።
2. እምነት የሚጣልባቸው (the confidence bearers) - በአመራሩ እምነት የሚጣልባቸው እና አብዛኛውም ሥራ የሚሠሩ ናቸው። እነሱም ነገ የዓላማ ተሸካሚዎች ለመሆን ተስፋ ያደርጋሉ። ይኸም በጣም ጠቃሚ ስብስብ ነው።
3. ተሰሚነት ያላቸው ወይም አርቆ አሳቢዎች (The most popular or most diligent) - እነዚህ ራሳቸውን አማካሪ አድርገው የሾሙ ወይም ሌሎች ለምክር የሚፈልጓቸው አባላት ሰብስብ ነው። በቡድኑ የዕለት ተዕለት ሥራ ላይ የጎላ ሚና

ባይኖራቸውም በቡድኑ አንድነት ላይ ያላቸው ተጽዕኖ ከፍተኛ ነው።

4. ተቃዋሚዎች (The group opponent) - ሁሌ አማራጭ አለን እያሉ አመራሩን የሚሞግቱ አባላት ስብስብ ነው። ይህ ስብስብ በአግባቡ ከተያዘ ጠቃሚ ሊሆን ይችላል። ድርጅትን የማዳከም አቅም እንዳለው ሁሉ የአዳዲስ ሀሳቦችና የተተኪ መሪዎች መፍለቂያ ሊሆን ይችላል።
5. ብዙሃን (The majority of the group members) - ግዴታውን እየተወጡ ሲጠሩ ብቻ የሚገኙ አብዛኛው አባላት ያሉበት ስብስብ።
6. ተነጫናጮች (The whipping boys or “the black sheep”) - ልባቸው ከቡድኑ ያልሆኑ የጠላትን መኖር የክፉ ቀን መሸሻ አድርገው የሚያዩ። እነዚህ በቀላሉ የጠላት መጠቀሚያ መሆን የሚችሉ ናቸው። የዚህ ስብስብ መኖር ለቡድኑ ጉዳት እንጂ ጥቅም የለውም። እነዚህን በጊዜ ማስወገድ ቡድኑን ማጥራት ነው።

3.3. ደንቦችና የአሠራር ልማዶች (Rules and Procedure) እንደ ቅራኔ ምንጭ

የድርጅት ደንቦችና ልማዳዊ አሠራሮች የቅራኔ ምንጭ ሊሆኑ ይችላሉ። ለዚህም ነው የድርጅት መተዳደሪያ ደንብ ሲወጣ ከፍተኛ ጥንቃቄ የሚያስፈልገው።

ህጎችና ልማዶችን በተመለከተ በተለይ ሦስትቦታዎች ላይ ልዩ ጥንቃቄ ሊደረግ ይገባል።

1. እንዴት ነው አማራጮች የሚቀርቡት (Search rules, search methods)? ለምሳሌ: የእጩ ማቅረቢያ ህጎች
2. እንዴት ነው ከቀረቡት አማራጮች የተሻለው ነው የሚባለው የሚመረጠው (Selection rules, selection methods)? ለምሳሌ: የምርጫ ህጎች
3. ስለ አንድ ነገር አማራጭ መረጃ እንዴት ነው የሚገኘው (Learning rules, Learning methods)? ለምሳሌ: የውድድር ህጎች

ድርጅታዊ ህጎችና ደንቦች፤ በተለይም ከላይ የተጠቀሱት ሦስት ቦታዎች፣ ግልጽነት ከጎደላቸው ቡድኑ አንድነቱን ጠብቆ መዝለቅ ሊያዳግተው ይችላል።

3.4. የውጭ ግኑኝነት (External Relations) እንደ ቅራኔ ምንጭ

አንድ ቡድን ከሌሎች ቡድኖች ጋር የሚፈጥረው ግኑኝነት የቅራኔ ምንጭ ሊሆን ይችላል። ወዳጅና ጠላትን መለየት ራሱ ከባድና አጨቃጫቂ ጉዳይ ሊሆን ይችላል። ወዳጅና ጠላት ከተለየም በኋላ በወዳጅነቱ ወይም በጠላትነቱ ደረጃ አለመስማማት ሊያጋጥም ይችላል። ከዚህም በተጨማሪ ታክቲካዊ ወዳጅነትና ስትራቴጂያዊ ወዳጅነት በቀላሉ ሊደበላለቁ ይችላሉ።

3.5. ይዘት እንደ ቅራኔ ምንጭ

ቅራኔዎች አንዴ ከተነሱ በኋላ ወደ ይዘት መሳባቸው አይቀርም። እዚህ ላይ "ይዘት" ሲባል የድርጅቱ ርዕይ፣ ተልዕኮ፣ እና ዋና ዋና ግቦች ማለት ነው። ይዘት የድርጅቱ ምሰሶዎች ናቸው።

በድርጅት ውስጥ የሚነሳ ችንሹም ቅራኔ በጊዜ ምላሽ ካላገኘ ወደ እንደዚህ ትላልቅ ጉዳዮች መሳቡ የማይቀር ነው። ቅራኔ ውስጥ የገባ ግለሰብም ሆነ ቡድን በጥቃቅን ጉዳዮች ተጣላ መባልን ስለማይፈልግ ለቅራኔው ይዘት-ተኮር ትርጉም ይፈልግለታል። ማንኛውም ቀላል ጉዳይ መለጠጥ የሚቻል በመሆኑ በምንም ጉዳይ የተነሳ ቅራኔ አፋጣኝ ምላሽ ካላገኘ ወደዚህ እንደሚያመራ መጠበቅ ተገቢ ነው። በዚህም ምክንያት እዚህ ግባ በማይባል ምክንያት የተጣሉ የቡድን አባላት እርስ በርሳቸው ዓላማን በመክዳት ሊወነጃጀሉ ይችላሉ።

4. ጥቂት የመፍትሔ ሀሳቦች

በቡድን ውስጥ ቅራኔ በሚፈጠርበት ጊዜ የሚከተሉትን ነጥቦች ማንሳት ይጠቅማል

- በቡድኑ ውስጥ ማነው ችግር ያለበት?
- የችግሩ ምንጭ ምንድነው ተብሎ ይታሰባል?
- ቡድኑ በየትኛው የእድገት ደረጃ ላይ ይገኛል?
- እነዚህ ችግሮች የቡድኑ የራሱ ውጤቶች ናቸው ማለት ይቻላል? ወይስ ከውጭ ወደ ውስጥ የገቡ ናቸው?
- ከውጭ የገቡ ከሆነ በማን? ለምን?
- አባላት ለቡድናቸው እድገት ምን ያህል ለመድከም ፈቃደኛ ናቸው?
- ቡድኑ ወደ ፊት መጓዝ ስለሚኖርበት አቅጣጫና ፍጥነት የእያንዳንዱ አባል ግንዛቤ ምን ይመስላል?
- እነዚህ የግል ግንዛቤዎች እርስ በርስ ተደጋጋፊ ናቸው ወይም እርስ በርስ የሚጣሉ ናቸው?

በግለሰብ አባል መነሻነት የሚቀሰቀሱ ቅራኔዎች ለመፍታት

1. የተዛቡ ግንዛቤዎችን ማስተካከል፤
2. ስሜቶች ወደ ሀልዮት (ሎጂክ) እንዲመጡ ማድረግ፤
3. የሻከሩ ስሜቶችና የበቀል እርምጃዎች የቡድኑ ዓላማ ምን ያህል እንዲሚጎዱ ማሳየት፤
4. እነዚህ ጥረቶች ውጤት ካላመጡ ግለሰቡን ከቡድኑ ማግለልና የቡድኑ ህገደንብ በሚፈቅደው መሠረት እርምጃ መውሰድ ይገባል።

በአባላት የእርስ በርስ ግኑኙነት (መስተጋብር) መነሻነት ቅራኔ ሲፈጠር

1. የኃላፊነት ሽግሽጎችን (Role negotatiation) ማድረግ
2. ያልተፃፉ ህጎችን (ልማዳዊ አሠራሮች) ችግር ፈጥረው እንደሆነ ማየት
3. የቡድኑ የሥነ-ምግባር መርህ በሁሉም አባላት እንዲጠበቅ ማድረግ

ደንቦችንና አሠራሮችን በተመለከተ የሚነሱ ቅራኔዎችን ለመፍታት

1. *የድርጅቱን አሠራሮችን ደንቦችን በሚገባ ማስረዳት*
2. *የድርጅቱን ደንቦች መተግበር*
3. *በደንቦችና አሠራሮች ላይ ቅሬታ ያላቸው አባላት የራሳቸውን የማሻሻያ ሀሳቦችን እንዲያቀርቡ ማበረታታት*

በውጭ ግኑኝነት ሰበብ የሚነሱ ቅራኔዎችን ለመፍታት

1. አባላት የራሳቸውን ቡድን ምስል እራሳቸው እንዲስሉ መርዳት
2. ሌሎች ቡድኑን እንዴት ሊያዩት እንደሚችሉ እንዲያጤኑ መርዳት
3. በሁለቱ መካከል ያሉ ልዩነቶችን የሚጠቡበትመንገዶችን እንዲፈልጉ ማበረታታት

በይዘት ጉዳይ ላይ የሚነሱ ቅራኔዎችን መፍታት አስቸጋሪ ቢሆንም የሚከተሉት መንገዶች ሊሞከሩ ይገባል።

1. ትላልቅ ርዕሶችን ሰባብሮ በተናጠል በመነጋገር ደረጃ በደረጃ መግባባት ላይ ለመድረስ መሞከር፤
2. የአባላትን የቲዎሪና የተግባር እውቀት ለማዳበር መጣር፤
3. እየተማማሩ መሥራት፤ እየሠሩ መማማርን ባህል ማድረግ
4. በቡድኑ ዓላማዎች ጋር ልዩነት ያላቸው ወገኖች ሀሳባቸውን መቀየር የማይችሉ ከሆነ በቡድን አባልነት ወጥተው በሚያስተባብራቸው ጉዳዮች ላይ ብቻ መተባበር።

5. ማጠቃለያ

ቅራኔ የሕይወታችን አንድ አካል ነው። ቅራኔ ክፉም በጎም ጎኖች አሉት። ቅራኔን ልንቀንስና ለመልካም ውጤት ልንጠቀምበት እንችላለን እንጂ ልናጠፋው አንችልም። ቡድኖች በቅራኔ ውስጥ ማለፋቸው የማይቀር ነው። ቅራኔ የበዛበትን የመናጥ ወቅትን በድል መወጣት ለአንድ ቡድን/ድርጅት እድገት ወሳኝ ነው። በቡድን ውስጥ የቅራኔ ምንጮች የሆኑ አምስት የታወቁ “ቦታዎች”

አሉ፤ ግለሰብ አባል፣ መስተጋብር፣ደንቦችና ልማዶች፣ ውጭ ግኑኝነት እና ይዘት ናቸው። አንድ የተበላሸ ፍሬ ቅርጫት ሙሉ ፍራፍሬን ሊያበላሽ እንደሚችል መዘንጋት አይገባም።

ለተጨማሪ መረጃ

Kolb, Deborah & Bartunek, Jean (1992) Hidden Conflict In Organizations: Uncovering Behind-the-Scenes Disputes, SAGE

Rahim, Afzalur. (2011) Managing Conflict in Organizations: Fourth Edition, Transaction Publishers

Rickards, T., & Moger,S.T., (1999) Handbook for creative team leaders, Aldershot, Hants: Gower

Tuckman, B. W. & Jensen, M. A. (1977). Stages of small-group development revisited. Group Org. Studies 2:419-27

Tuckman, B. W. (1965). Developmental sequence in small groups. Psychological Bulletin, 63, 384-399.

White A, (2009) From Comfort Zone to Performance Management. White & MacLean Publishing.

ምዕራፍ አሥራ አራት

አበረታች ምርመራ

ተግባራዊ ልናደርገው የሚገባ ለለውጥ የሚያዘጋጅ ራስን መፈተሻ ዘዴ

1. "አበረታች ምርመራ" ምንድነው?

አበረታች ምርመራ (Appreciative Inquiry) ድርጅቶች ራሳቸውን በአዎታዊ መንገድ ፈትሸው እና በጥንካሬዓቸው ላይ ተመሥርተው ለለውጥ እንዲዘጋጁ የሚረዳ የማኔጅመንት ስልት ነው። የቢዝነስ፣ የማኅበራዊም ሆነ የፓለቲካ ማኅበራት ድርጅታዊ አሠራራቸውን ለማዘመን፣ ለመለወጥ ወይም ደረጃቸውን ለማሳደግ ሲፈልጉ በጎና ጠንካራ ጎኖቻቸውን በማድነቅ ላይ የተመሠረተ ጥናት እንዲያደርጉ ይመከራሉ። በተለይም ደግሞ በፈጣን ለውጥና እድገት ውስጥ ያሉ ድርጅቶች አበረታች ምርመራ በማድረግ ጥንካሬዎቻቸውን ይበልጥ ማጎልበት ድርጅቶቹን ይበልጥ ውጤታማ ያደርጋቸዋል ተብሎ ይታመናል።

የአበረታች ምርመራ መሠረተ ሀሳብ "ድርጅቶችን ለአዎንታዊ ለውጥ ማዘጋጀት የሚቻለው የተሰናከሉና የተሽመደመዱ አካሎቻቸውን በመጠጋገን ሳይሆን በጥሩ ሁኔታ የሚሠሩ አካሎቻቸውን ይበልጥ በማጎልበት ነው" የሚል ነው። አበረታች ምርመራ ከተለመደው "ችግር ፈቺ" (Problem Solving) ተብሎ ከሚጠራው በተግባር ግን ችግር ጎርጓሪ፤ አንዳንዴም ችግር አባባሽ ከሆነው "ግምገማ" በእጅጉ ይለያል።

ስዕል 1: የተለመደው ግምገማ

የተለመደው “ግምገማ” ግቡ ችግሮችን ማግኘትና መፍትሔዎቻቸውን መፈለግ ነው። በእንዲህ ዓይነቱ ግምገማ ወቅት የሚነሱ ጥያቄዎች

- ችግሮቻችን ምንድናቸው?
- ድክመቶቻችን ምንድናቸው?
- የችግሮቻችን ወይም ድክመቶቻችን ምንጮች ምንድናቸው?
- ምን ብናደርግ ድክመቶቻችንን መቀነስ እንችላለን?

የሚሉና የመሳሰሉ ናቸው። ግምገማው ተጀምሮ እስከሚያልቅ ድረስ የሚወራው ስለችግሮችና ድክመቶች እንዲሁም ችግሮችን ስለማስወገጃ መንገዶች ነው። ይህ አካሄድ ድርጅትን ራሱን የሚመለከተው እንደ ችግር ነው።

ግምገማው ያተኮረው በድርጅት ላይ መሆኑ ቀርቶ በሰው ላይ ከሆነም ይብስ እንደሆነ እንጂ የተለየ ነገር የለውም። አንዱ የሌላውን ድክመት፣ ትንሽነት፣

ምግባረ ብልሹነትን በመፈለግ ላይ ያተኩራል። ከዚያም እነዚህም ድክመቶች እንዴት ማስወገድ እንደሚቻል መፍትሔ ያፈላልጋል።

እንዲህ ዓይነቱ ግምገማ በአሉታዊ ድባብ የታጠረ ነው። በእንደዚህ ዓይነት ግምገማ ወቅት እየተወራ ያለው መንፈስን የሚሰብሩ ነገሮች ናቸው።

መፍትሔዎች ላይ የሚደረገውም ውይይት እጅግም የሚጠቅም አይደለም። መፍትሔዎች ተብለው የሚቀረቡ ሀሳቦች ድርጅቱ መሥራት የማያውቅበትን ነገር አሳምሮ እንዲሠራ የሚጠይቁ ናቸው። ግምገማው ግለሰብ ላይ ያተኮረ ከሆነም ግለሰቡ የማያውቀውን እንዲያውቅ፤ ልማዱን እንዲተው እና ሌላ አዲስ ልማድ እንዲያዳብር የሚጠይቁ ናቸው። ምንም አይነት ግምገማ ካለማድረግ ችግርና ድክመት ፈላጊ ግምገማ ማድረግ ስለመሻሉ መከራከር ቢቻልም በሚፈጥረው አሉታዊ ስሜትና ለመፍትሔ በሚያቀርባቸው አዲስ ነገሮች ሳቢያ የዚህ ዓይነቱ ግምገማ ስኬታማነት እጅግ አጠራጣሪ ነው።

በአንፃሩ አበረታች ምርመራ የሚነሳው ከጠንካራ ጎን ነው። አበረታች ምርመራ ድርጅቶችን የሚመለከተው ሕይወት እንዳላቸው ነገሮች ነው። ሕይወትንም ሆነ ተፈጥሮን ይበልጥ በተመራመርን መጠን የሚያስደንቁ ነገሮችን እናገኛለን። ድርጅትም እንደዚያው ነው። አንዳችም ጥንካሬ የሌለው ድርጅቱ ቀድሞውንም ሕይወት ሊኖረው አይችልም። የአንድ ድርጅት መኖር ብቻውን በአንፃራዊ መልኩም ቢሆን አንዳንድ ነገሮች ደህና መሆናቸውን ያረጋግጣል። በአስከፊ ሁኔታ ያለን ድርጅትንም ቢሆን “ይህንን ድርጅት እስካሁን ሕይወት ሰጥቶ ያቆየው ምንድነው?” ተብሎ መጠየቅ ይኖርበታል።

በአበረታች ምርመራ የሚቀርቡ ጥያቄዎች

1. እኛ ጥሩ አድርገን የምንሠራው ምንድነው?
2. የትኛው ግብዓት ነው በአንፃራዊ መልኩ በተሻለ መጠን ያለን?
3. በምን ጉዳይ ላይ የተሻለ ልምድ አለን? እና የመሳሰሉት ናቸው።

እንዲህ ሲጠየቅ ቀድሞ ያልታዩ ጥንካሬዎችም መታየት ይጀምራሉ።

ድርጅቱን ሕይወት ሰጥተው ያቆዩትን ነገሮችን ፈልጎ ማግኘት የአበረታች ምርምራ የመጀመሪያ ደረጃ ነው። ለምሳሌ አንድ ድርጅት ደካማ ቢሆንም እንኳን በርካታ ደጋፊዎች ስላሉት፤ በዓላማው ጥራት፤ በአባላቱ ዲሲፕሊን ወይም ደግሞ በቀድሞው ዝናው ምክንያት እስትስፋሱ ቆይታ ሊሆን ይችላል። እነዚህ እና ተመሳሳይ ነገሮች በአግባቡ ከተሰራባቸው ውድ የድርጅት አሴቶች ናቸው። በአበረታች ምርመራ መሠረት ከሆነ ይህ ድርጅት ለተሻለ ውጤት መንደርደር ያለበት በእነዚህ በአንፃራዊ ጎኑ ጠንካራ በሆነባቸው ነገሮች ነው። በጥንካሬ ላይ የተመሠረተው አበረታች ምርመራ የእድገት ስትራቴጂን ለመንደፍ አስፈላጊ የሆነው የስነልቦና ዝግጁነት ይሰጣል።

አበረታች ምርመራ በውይይቶችና መጠይቆች በመመሥረት በቁጥር ከሚሰፈሩት መረጃዎች በስተጀርባ ያሉትን ስሜቶችን ለመረዳት ይሞክራል።

- አሁን የተሻለ የምንሠራው ነገር ምንድነው?
- እነዚህን ነገሮች ከዚህ በተሻለ መሥራት አይቻልም ወይ?
- ሌሎች በጥሩ ሁኔታ ልንሠራቸው የምንችላቸው ነገሮች የሉም ወይ?

እያለ በአዎንታዊ መንፈስ ወደፊት ይገሰግሳል። ለውጥ ከጥያቄዎች ይጀምራል። ጥያቄዎችን ካልጠየቅን ለለውጥ ዝግጁዎች አይደለንም። የምንጠይቃቸው ጥያቄዎች አይነት የጉዞዓችንን ጎዳና ይጠርጋሉ።

አበረታች ምርመራ ለድርጅቱ ተዳሳሽ ሀብቶች (tangible assets) ብቻ ሳይሆን ተዳሳሽ ላልሆኑት ሀብቶች (intangible assests) (ለምሳሌ በአባላት መካከል ያለው መግባባት) አክብሮትና እውቅና ሰጥቶ እንዚህን ሀብቶች ይበልጥ ለማጎልበት ይጥራል።

“ቃላት ዓለሞችን ይፈጥራሉ” (Words Create Worlds) ይባላል። ድርጅቶች የሚጓዙት አብዝተው ወደሚያወሩት አቅጣጫ ነው። ስለድክመት አብዝቶ ማውራት ወደዚያው ያደርሳል። ግለሰብም ቢሆን እንደዚሁ ነው። “እኔ የማልረባ ነኝ” እያለ ዘወትር ለራሱ እየነገረ ካለ ሰው ብዙ አለመጠበቅ ይሻላል።

ከዚህ የሚከተለው ሰንጠረዥ በችግር ፈቺ ግምገማና በአበረታች ምርመራ መካከል ያሉትን ልዩነቶች ያብራራል።

የተለመደው (ችግር ፈቺ) ምርመራ	አበረታች ምርመራ
ጉድለቶችን መፈለግ ችግሮችን ማወቅ	በጎ ነገሮችን ማግኘት ማድነቅ፣ ማወቅ፣ ማወደስ
የችግሮቹን ምንጭ መፈለግ	እንደምን ያለ ከዚህ የተሻለ መልካም ነገር ይወጣው እንደነበር ማሰብ፣ ማለም
አማራጭ መፍትሔዎችን ማቅረብ የተሻለውን መምረጥ	ምን ማድረግ እንደሚቻልና እንደሚገባ መወሰን
መተግበር	መተግበር

ስዕል 2: ግምገማና አበረታች ምርመራ ንጽጽር

አበረታች ምርመራ ዛሬ ባሉ በጎ ነገሮች ላይ ተመሥርቶ የተሻለ ነገርን ማለም፤ አሁን ባለ ሀብት፣ ችሎታና ባህል ላይ ተመሥርቶ የተሻለ ውጤት ለማምጣት መዘጋጀት ነው።

መልካም ሕልሞች ወደ መልካም እውነታ ያመራሉ። ስለወደፊቱ ያለን የእይታ ጥራት እና የዚያ ሕልም አጓጊነት መጠን ሕልሙን እውን ለማድረግ የምንከፍለውን ዋጋ ይወስናል።

በርካታ ጥናቶች እንዳመለከቱት ይኸኛው አማራጭ ድርጅቶችን ለለውጥ የበለጠ የተዘጋጁ ያደርጋቸዋል፤ ከሌሎች ጋር ተባብሮ ለመሥራትም መንገድ ያመቻችላቸዋል።

2. አራቱ "ማ" ዎች

አበረታች ምርመራ ባለ አራት እርከን ሂደት ነው። በእንግሊዝኛ Four Ds (Discovery, Dream, Design, and Destiny or Delivery) ሲባሉ፤ በአማርኛ አራቱ "ማ" ዎች እንበላቸው።

1. **ማግኘት (Discovery)**: በድርጅቱ ውስጥ ጥሩ የሚሰራ ነገር ፈልጎ ማግኘት
2. **ማለም (Dream)**: ወደፊት ጥሩ ሊሰሩ ስለሚችሉ ነገሮችና ስለሚፈጥሩት ውጤት ማለም
3. **ማቀድና መተግበር (Design and Do)**: ሊተገበሩ የሚችሉ ነገሮች በእርግጥም ወደ ተግባር የሚቀየሩበትን መንገድ ማቀድ፤ ቅደም ተከተል ማውጣት

4. **ማድረስ (Destiny** (or **Deliver**)): የታቀደውን ወደ ተግባር ለውጦ ድርጅቱን እታለመለት ቦታ ማድረስ

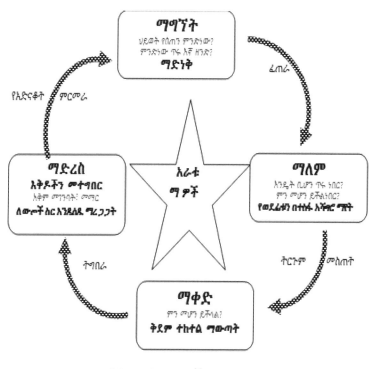

ስዕል 3: አራቱ ማዎች

ከጥንካሬው የተነሳ ድርጅት ለአዎንታዊ ለውጥ፣ ለእድገት ዝግጁ ይሆናል፤ ችግሮችን በልጦ ይገኛል። ይህ አካሄድ አነቃቂ (motivational) ነው።

አበረታች ምርምራ በቡድን በተከፋፈሉ የድርጅቱ አባላት ሊከናወን ይችላል፤ ሂደቱም የሚከተለውን ይመስላል።

2.1. ማግኘት

በዚህ እርከን ላይ ካለፈው የሥራ ልምድ በጣም ጥሩ በተሰሩ ሥራዎች ላይ ውይይት ይደረግ። ምን ስለሆነ፤ ማን ምን ስለሰራ ነው ይኸ ሥራ ውጤታማ የሆነው? ምርምሩ የስኬቱን ምክንያቶች ለማግኘት ይሁን። እነዚህ የስኬት ምክንያቶች ለሌሎች የሥራ መስኮችስ መዋል ይችሉ እንደሆነም ውይይት ይደረግ።

2.2. ማለም

በዚህ እርከን የድርጅቱ አባላት በድርጅታቸው ውስጥ እንዳሉ በደረሱባቸው መልካም ነገሮች መነሻነት ሌሎች ሊሰሩ የሚችሉ መልካም ነገሮችን በመጨመር ድርጅታቸው ሊደርስበት የሚችለውን ከፍተኛ የስኬት ደረጃ እንዲያልሙ ይደረጋል። ማለም ትልቅ ነገር ነው። “ማለም የቻልከውን ነገር፤ ታደርገዋለህ!” (If you can dream it, you can do it) ይባላል። ሕልምን የጋራ ለማድረግ (በሌላ አገላለጽ ድርጅታዊ ርዕይ ለማድረግ) ብዙ መወያየት ያስፈልጋል።

የጋራ ህልም → የድርጅት ራዕይ

ስዕል 4፡ የጋራ ርዕይ

ሁሉም አባላት የየራሳቸውን ምስል በትረካ መልክ ይዘው ይቅረቡ። ሰዎች የወደፊቱን ምስል በተያየ መንገድ ሊያቀርቡት ይችላሉ (ለምሳሌ በትረካ፣ በስዕል፣ ..) ሁሉም ተሳታፊዎች የየራሳቸውን ሕልሞች በማብብራት የሚግባቡበት አንድ የጋራ ሕልም ይቅረጹ። ይህ የቡድኑ ወይም የድርጅቱ የጋራ ሕልም ይሆናል።

2.3. ማቀድና ማድረግ

ይህ ለድርጅቶች ውጤታማነት ወሳኙ ክፍል ነው። ይህ ደረጃ ሕልምን ወደ እውን መቀየሪያ ተግባራት የሚረቀቁበት ደረጃ ነው። በዚህ ሥራ የሚሳተፍ ሁሉ ድርጅቱ ሕልሙን እውን ለማድረግ ምን፣ መቼ፣ በእነማን መሠራት እንዳለበት፣ እንዴት መሠራት እንዳለበት፣ እና ከሥራው ውጤት ማን ተጠቃሚ፤ ማን ደግሞ ተጎጂ እንደሆነ ማሰብ ይኖርበታል።

ጥሩ እቅድ ቀላልና ግልጽ፤ በተክክለኛ መረጃ ላይ የተመሠረተ፤ ሊተገበር የሚችልና የተሟላ አቅድ ነው።

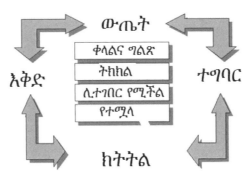

ስዕል 5: የእቅድ ዑደት

የታቀደው በተግባር ላይ ካልዋለ እጅግም ዋጋ የለውም። የአበረታች ምርምር ዋነኛው ጥቅሙ ለውጤት የጓጉ፣ ደስተኛች እና ንቁ የሆኑ የተግባር ሰዎችን የሚፈጥር መሆኑ ነው። የድርጅቱ አባላት ሕልማቸውን ሊያሳኩ የሚችሉ እቅዶችን ተግባራዊ በማድረግ ይደሰታሉ፤ እያንዳንዱንም ደስታ የምር ይደሰቱታል (በስኬት የመደሰትን እድል አያባክኑም)።

2.4. ማድረስ

የአበረታች ምርምር ዋነኛው ዓላማ እዚህ ደረጃ በፍጥነት ማድረስ ነው። አዎንታዊ ለውጥ በፍጥነት እንዲመጣ ማድረግ። የተገኙ ውጤቶች ስር እንዲሰዱ ማርገብ። የተገኙ ልምዶችን ወደሌሎች አካባቢዎች ማስፋፋት። አሁን መልሶ ለማድነቅ መዘጋጀት።

ለተጨማሪ መረጃ

Case Western Reserve University's Weatherhead School of
Management http://appreciativeinquiry.case.edu/
Eaton, Sarah Elaine, "Appreciative Inquiry: An Overview"
http://www.scribd.com/doc/56010589/Appreciative-
Inquiry-An-Overview"
January 17, 2005, Time Magazine, The Science of Happiness
(Cover Story & Special Issue)
http://www.authentichappiness.sas.upenn.edu/images/Ti
meMagazine/Time-Happiness.pdf
Background http://www.new-paradigm.co.uk/Appreciative.htm; ^
"Strength Based Organizations" http://www.mt-
online.com/component/content/article/77-
february2007/228-building-strength-based-
organizations.html
Whitney, "AI and Spiritual Resonance"
http://www.positivechange.org/downloads/AI_and_Spirit
ual_ResonanceV.Final.pdf

ምዕራፍ አሥራ አምስት

የሚማር ድርጅት

1. መግቢያ

በአሁኑ ሰዓት ኢትዮጵያዊያን የቢዝስነስ፣ የፖለቲካና የሲቪል ድርጅቶች የሚገኙበት ሁኔታ ከዚህ በታች በስዕል የተመለከተውን ይመስላል። በአንድ በኩል የአቅም ውስንነት፣ የተነሳሽነት ማነስ፤ ከኃላፊነት እየሸሹ ውጤትን የመጠበቅ ደካማነት፤ በራስ የመተማመን ስሜት ማነስ፤ የአመራር ድክመት እና የመሳሰሉ “ኃይሎች” ወደኋላ ይጎትቷቸዋል። በሌላ በኩል ደግሞ አጓጊ ዓላማዎቻቸው፣ ተልዕኮዎችና እናሳካቸዋለን ብለው ያስቀመጧቸው ግቦች ወደ ፊት ይስቧቸዋል።

አቅም፤ ተነሳሽነት
በራስ የመተማመን
ስሜት
ያለንበት
ነባራዊ ሃቅ
መድረስ
የምንፈልገው፤
ራዕያችን

ስዕል 1: አቅምና ፍላጎት

ድርጅቶች ወደ ኋላ እየጎቷቸው ያሉትን ኃይሎችን በልጠው፤ ችግሮችና ተግዳሮቶችን አሸንፈው መድረስ የሚፈልጉት ቦታ እንዲደርሱ ለማስቻል ምን ማድረግ ይገባናል?

2. የሚማር ድርጅት (Learning Organization)

የሚማር ድርጅት (A Learning organization) ማለት አባላቱ የሚፈልጉትንና የሚጓጉለትን ውጤት ለማስገኘት እንዲበቃ ዘወትር የሚጥር፤ በየጊዜው ራሱን የሚያሳድግ፣ ሲያስፈልግም ራሱን የሚለውጥ ድርጅት ማለት ነው። የሚማር ድርጅት፣ አባላቱ ለድርጅቱ ግቦች መሳካት የሚያስፈልጋቸውን እውቀትም ሆነ ክህሎቶችን እንዲያዳብሩ ሁኔታዎች የተመቻቹበት ተቋም ነው። የሚማር ድርጅት ችግሮችን መብለጥ ይችላል።

ግዙፍ ዓላማ ይዞ የሚራመድ ድርጅት ተግባርንና እውቀትን አቀናጅቶ የያዘ፤ እድሎችንም ሆነ ተግዳሮቶችን አስቀድሞ ማየት የሚችል፤ ስህተት ከሠራም በቶሎ ማስተካከል የሚችል እና ዘወትር ራሱን በራሱ የሚያስተምር ድርጅት መሆን ይኖርበታል።

ወደ ዝርዝር ጉዳዬች ከመግባታችን በፊት በተግባርና በእውቀት መካከል ያለውን መስተጋብር ለውጤት ምን ያህል አስፈላጊ እንደሆነ መገንዘብ ለውይይታችን ጠቃሚ ነው። አንዳንድ ሰዎች “ተግባር እንጂ እውቀት ምን ያደርጋል?” ሲሉ ይደመጣሉ። ለማወቅ የሚደረግን ጥረት “ወሬ” እያሉ ያናንቁታል። ሀቁ ግን ግንዛቤውን በየጊዜው የማያሻሽል ድርጅት ታላቅ ግብ ማስቀጠር የማይቻለው መሆኑ ነው።

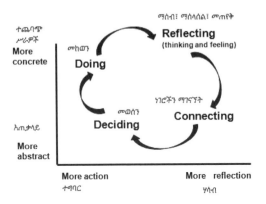

ስዕል 2: የእውቀት ዑደት

በድርጅቶች ውስጥ ሊኖር የሚገባው የእውቀት ዑደት ከላይ ያለውን ስዕል መምሰል ይኖርበታል። በቀላል አነጋገር - ተግባሮቻችን በከፍተኛ ማሰላሰል የተጠኑ እና ከአጠቃላይ ሁኔታዎች ጋር የተቃኙ ሊሆኑ ይገባል። ተግባርና ሀሳብ፤ ጠቅላላ እውቀቶችና በተናጠል ዘርፍ ላይ ያተኮሩ ክህሎቶች መቀናጀት ይኖርባቸዋል።

2.1. የሚማር ድርጅት (Learning Organization)ባህሪያት

የሚማር ድርጅት የሚታወቅባቸው አምስት ባህሪያት አሉ።

1. **ሁለንተናዊ እይታ** (system thinking): የሚማር ድርጅት የሚሠራበትን አጠቃላይ ሁኔታ፤ ያሉት አመቺ ሁኔታዎችና

ተግዳሮቶች እያንዳንዱ በተናጠል ሳይሆን አንዱ በሌላው ላይ ያለውን ተጽዕኖ እግምት ውስጥ ባስገባ መልኩ ያጠናል።

የሚማር ድርጅት ዶቅማዎችን እያየ ሾላዎችን፤ ዘግባዎችን እያየ ጥዶች አይረሳም። እያንዳንዱ የዛፍ ዓይነት የራሱ ባህርይ ቢኖረውም ሁሉም ናቸው ደኑን የፈጠሩት። ለምሳሌ በኢትዮጵያ ውስጥ ለውጥ ለማምጣት የሚፈልግ ድርጅት የፓለቲካ ድርጅቶች ላይ በማትኮር የሲቪክ ድርጅቶችን ወይም የሲቪክ ድርጅቶች ላይ በማትኮር የፓለቲካ ድርጅቶችን መርሳት አይገባውም - ሁለቱም ኢትዮጵያዊያን ናቸው። በኢትዮጵያዊ ዜግነት የተደራጁ ድርጅቶች ላይ ብቻ በማትኮር በማኅበረሰብ ዘውግ የተደራጁትን፤ በማኅበረሰብ ዘውግ የተደራጁት ላይ በማትኮር በኢትዮጵያዊ ዜግነት የተደራጁትን መርሳት የለበትም - ሁሉም ኢትዮጵያዊያን ናቸው። በቢዝነስም፣ አምራቾች ላይ ብቻ በማትኮር አገልግሎት ሰጪዎች መርሳት፤ ወይም አገልግሎት ሰጪዎች ላይ ብቻ አትኩሮ አምራቾችን መርሳት ሁለተናዊ እድገት አያመጣም።

2. **የግል ብቃት** (Personal mastry): የሚማር ድርጅት ለመማር ፈቃደኛና ቁርጠኛ በሆኑ አባላት የሚገነባ ነው። በድርጅት ውስጥ እያሉ የግል ብቃትን ለማዳበር አባላት ጉልበታቸውና ጊዜዓቸውን ለድርጅቱ በሚጠቅሙ መስኮች ላይ ያውላሉ፤ ድርጅቱን የሚጠቅሙ ክህሎቶችን (Skills) ያዳብራሉ። ጽናት፣ ትዕግሥት እና እውነታን መቀበል የሚማር ድርጅት አባላት መለያዎች ናቸው።

የሚማር ድርጅት አባላት የራሳቸውን ሕይወት የሚመለከቱት ልክ አንድ የኪነ ጥበብ ባለሙያ ሙያሙን በሚመለከትበት ዓይን ነው - ሁሌም የሚሻሻል ነገር አለ።

3. **የአዕምሮ ስዕሎች (Mental models).** በአዕምሮዓችን የምንገነባቸው ሞዴሎች (ስዕሎች) በእሳቤዎቻችን (assumption)፣ ባለን መረጃ መጠን እና በፍላጎቶቻችን የሚወሰኑ ሲሆኑ ተግባሮቻችንን በከፍተኛ ሁኔታ ይወስናሉ። ብዙ የተሳሳቱ ግንዛቤዎችን “መሰለኝ” በማለት ብቻ ልንይዝ እንችላለን።

የሚማር ድርጅት የማንንም የእዕምሮ ስዕል እንደአለቀለት ሥራ አይቀበልም። እያንዳንዱ እይታ ለፍተሻ፣ ለምዘና ይቀርባል። የሚማር ድርጅትን ለመፍጠር ግትርነትን መቀነስ ያስፈልጋል። አዳዲስ ሀሳቦች በነፃነት የመንሸራሸር እድል ሊኖራቸው ይገባል። የድሮ “ህቆች” አዳዲስ ህቆችን መጫን የለባቸውም።

አዳዲስ ነገሮችን መማር ያለብንን ያህል ቀድሞ የተማርነውን መጥፎ ነገር አል-መማር (unlearning) ያስፈልጋል። ይህም ማለት እርስ በርስ መማማር ያለብን አዳዲስ ነገሮችን ለማወቅ ብቻ አይደለም። ያወቅናቸው ጎጂ ነገሮችን ለማስወገድም ጭምር ነው።

ለምሳሌ፣ ስም ማጥፋትን፣ መናናቅን፣ አሉባልታን፣ እና መጠላለፍን አል-መማር (በትምህርት ማስወገድ) መቻል ይኖርብናል። እነዚህን እንቅፋቶች ማስወገድ ካልቻልን የሚያስከፍሉን ዋጋ ከፍተኛ ዋጋ ነው።

4. **የጋራ ርዕይን መገንባት** (Building Shared Vision). የአንድን ድርጅት አመራር አስተሳስሮ መያዝ የሚችለው ጠንካራ ሰንሰለት የድርጅቱ የጋራ ርዕይ ነው። የድርጅት ርዕይ አመራሩን ከአባላት ጋርም ያቆራኛል።

ግልጽ ያልሆነ ዓላማ ይዞ የተነሳ ድርጅት ሩቅ መሄድ አይችልም። ችግሩም የሚነሳው በአመራሩ ውስጥ ነው የሚሆነው። ግልጽ የሆነ የጋራ ርዕይ ሳይኖር በየጊዜው የሚፈጠሩትን እድሎች እየተጠቀመ፣ ተግዳሮቶችን እየተቋቋመ ወደ ድል የሚጓዝ ድርጅት መፍጠር አይቻልም።

ግልጽ የሆነ ግብ ያለው እና የሚማር ድርጅት አባላት፣ ሥራቸውን የሚሠሩት ስለተቀጠሩ (ወይም የትግል ድርጅት ከሆነ የሚታገሉት የድርጅቱ ደንብ ስለሚያዛቸው)፤ እንዲሠሩ ስለተጠየቁ ወይም "የሆነ አስተዋጽኦ ማድረግ አለብኝ" ከሚል ስሜት ሳይሆን የሚሠሩት ሥራ ትንሽም ቢሆን ለድርጅታቸው ውጤት አስተዋጽኦ እንዳለው አምነውበት ሊሆን ይገባል። እንዲህ እንዲሆን ደግሞ መሪዎች የድርጅቱ ርዕይ በአብዛኛው አባላቱ ዘንድ ተቀባይነት ያገኘ መሆኑን በተደጋጋሚ ማረጋገጥ ይኖርባቸዋል።

5. **የቡድን ትምህርት** (Team learning). የሚማር ድርጅት የእስበርስ መማማርን ያበረታታል። የቡድኑ በአጠቃላይ መማር ነው ድርጅትን የሚማር ድርጅት የሚያደርገው እንጂ በውስጥ ያሉ ጥቂት ሰዎች ፈጣን ተማሪዎች በመሆናቸው ብቻ አይደለም። ሰዎች ዓላማዎቻቸውን ለማሳካት በጋራ መሥራት አለባቸው። ትምህርት

በራሱ የቡድን ሥራ ውጤት ነው። የቡድን ትምህርት የሚማር ድርጅትን ለመፍጠር መታለፍ የማይችል እርከን ነው።

3. የሚማር ድርጅትን ለመፍጠር ያሉ ሳንካዎች

የሚማር ድርጅት (Learning organisation) ለመፍጠር የሚደረግን ጥረት የሚያከብዱ በርካታ ችግሮች አሉ። በዚህ ጽሁፍ ግን አባላትን የሚመለከቱ ሳንካዎችን ብቻ ጠቁመን እናልፋለን።

አንባቢያን ከዚህ በታች የተዘሩትን ሳንካዎች ከድርጅቶቻቸው አኳያ መመዘንና መፍትሔዎችን መፈለግ ይገባቸዋል።

3.1. **"ሥራዬን እንጂ ስለሌላው ምናገባኝ"**: "የኔ ኃላፊነት የተሰጠኝን ሥራ መፈፀም ብቻ ነው" ማለት። "ከሥራ ድርሻዬ ውጭ ያለው ነገር አያገባኝም" ማለት። "እኔ በድርጅቱ እድገት ላይ የማመጣው ለውጥ የለም" ማለት። ድርጅቱ ውስጥ እያሉ አለመኖር።

3.2. **"የጠላት ሥራ ነው"**: ችግር ባጋጠመ ጊዜ ሁሉ ጣትን ወደ ባላጋራ፣ ወደ ሁኔታ ወይም ሌሎች ሰዎች መቀሰር። ላልተሳኩ ነገሮች ሁሉ ሰበብ መፈለግ። ራስን ለመውቀስ አለመድፈር።

3.3. **"የትም አይደርስም"**: ሁሉም ነገር በቁጥጥር ሥር ያለ የመምሰል ብዥታ። ችግሮችን መናቅ፤ ጥቃቅን ምልክቶችን ማንበብ አለመቻል።

3.4. **"መነዳት"**: አንዳንድ መልካምም ይሁን መጥፎ ሁኔታዎች ሲፈጠሩ ሙሉ በሙሉ በነሱ መዋጥ። በጊዜዓዊ ሁኔታዎች በመነዳት ከረዥም

ጊዜ መንገድ መውጣት። የረዥም ጊዜ እይታን በአጭር ጊዜ መቀየር።

3.5. **“አመራር አለ”**: ችግሮችን የሚፈታ የማኔጅመንት ኮሚቴ፣ ሥራ አስፈፃሚ ወይም በደፈናው አመራር አለ ብሎ በማመን ተዝናንቶ መቀመጥ።

4. ጥቂት በሳል አባባሎች

የሚከተሉትን በጥንቃቄ ማጤን ግለሰብንም ሆነ ድርጅትን የበለጠ ብልህና ጠንቃቃ ያደርጉታል ተብሎ ይታመናል። ያብሰልስሏቸው፤ ይወያዩ ባቸው።

1. የዛሬ ችግሮች ምንጭ ትላንት መፍትሔ የተባሉ ነገሮች ናቸው። *[ለዛሬ ችግሮቻችን የምንሰጣቸው መፍትሔዎች ነገ የባሱ ችግሮችን እንዳይፈጥሩ መጠንቀቅ ያሻል።]*
2. ማንኛውንም ሥርዓት በጥንካሬ ሲገፉ፤ ጠንክሮ ይከላከላል። *[እኛ ስናጠቃ እሱም ጠንክሮ እንደሚያጠቃን አውቀን እንዘጋጅ።]*
3. ባህርይ ከመበላሸቱ በፊት ጥሩነቱ ይጨምራል። *[ወዳጆቻችን የነበሩ ሰዎች ዛሬ ተገልብጠው ቢያጠቁን አይግረመን።]*
4. አብዛኛውን ጊዜ ፈጣንና ቀላል መፍትሔ ቋሚ መፍትሔ አይደለም። መድሃኒት ከበሽታው በላይ ሊጎዳ ይችላል። አብዝቶ መቸኮል መዘግየትን ያመጣል። *[“አለባብሰው ቢያርሱ በአረም ይመለሱ” ይባላል]*
5. ትናንሽ ለውጦች ትላልቅ ውጤቶች ማምጣት ይችላሉ - አስቸጋሪው ነገር የትኞቹ ትናንሽ ለውጦች ትላልቅ ውጤት አምጪዎች እንደሆነ መለየት ነው። *[በቁጥር ትንሽም ሆነን ትልቅ ለውጥ ማምጣት እንችላለን። 80% ውጤት የሚገኘው በ20% ጥረት ነው ይባላል።*

ይህ እውነት ነው። ግን የትኛው ጥረት፤ የትኛው ሥራ ነው እኛን ወደ ስኬት የሚያደርሰን ተብሎ በጥልቀት ሊታሰብበት ይገባል።]

6. ዝሆንን ለሁለት መክፈል ሁለት ትናንሽ ዝሆኖችን አይፈጥርም።
[ድርጅትን መቆራረስ ትናንሽ ድርጅቶችን አይፈጥርም።]

5. ማጠቃለያ

አንድ ድርጅት የሚማር ድርጅት ለማደረግ አመራሩ ሁለተናዊ እይታ ሊኖረው ይገባል፤ አባላቱ ደግሞ ድርጅቱን ለድል የሚያበቁ ችሎታዎች እንዲኖራቸው ራሳቸውን ማሰልጠን ይጠበቅባቸዋል። የእያንዳንዱ አባል የአዕምሮ ስዕል እንዳለቀ ነገር አለመቁጠሩና "መሰለኝ" በሚል አለመመራቱ ማረጋገጥ ይጠበቅበታል። ይልቁንም እያንዳንዱ አባል የጋራ ርዕይ ለመቅረጽ እና ራዕዩንም ለማሳካት መጣር እና ይህንን በቡድን ትምህርት - በእርስ በርስ መማማር - ማበልፀግ ይኖርበታል።

<u>ለተጨማሪ መረጃ</u>

Argyris, Chris. (1999). On Organizational Learning. Massachusetts: Blackwell Publishers Inc.

Chawla, Sarah & Renesch, John.(1995). Learning Organizations

Schwandt, David R., Marquardt, Michael J. (2000). Organizational Learning. St.Lucie Press.

Seng, Peter M. (1990 1st ed, 2006 2nd ed). The Fifth Dicipline: The Art & Practice of The Learning Organization. Currency,

ምዕራፍ አሥራ ስድስት

ከጥሩ ወደ ታላቅ

አንዳንድ ድርጅቶች ታላቅ ለውጥ ማምጣት ሲችሉ ሌሎቹ የሚያቅታቸው ለምንድነው?

(የጂን ኮሊንን "Good to Great: Why Some Companies Make the Leap .... and Others Not" በማሳጠር የቀረበ ነው)

1. መግቢያ

እንዴት ነው ብዙዎች ጥሩ ድርጅቶች እያደር ሲደክሙ አንዳንዶች ለረዥም ጊዜ የላቀ ውጤትን እያስመዘገቡ ሊቆዩ የሚችሉት? ጥሩ ወይም በመካከለኛ ደረጃ ላይ ያሉ ድርጅቶች ወደላቀ ውጤት አስመዝጋቢነት እንዲያድጉ ማድረግ ይቻላልን? አንድ በመጥፎ ሁኔታ ላይ ያለ ድርጅትን የላቀ ውጤት ማስመዝገብ ወደሚችል ድርጅትነት መቀየር ይቻላል'ን?

ወደ ኀታታነትና ዘገምተኝነት የሚስባቸውን ኀይል ተቋቁመው ለረዥም ጊዜ ኮከብ ሆነው የቆዩ ድርጅቶች አሉ? ካሉ፤ የእነዚህ ድርጅቶች የተለዩ ባህሪያት ምንድናቸው? እነዚህ ድርጅቶች ከጥሩ ወደ ታላቅነት (from Good to Great) እንዲሸጋገሩ የረዳቸው ምስጢር ምንድነው?

ጂን ኮሊን እና ባልደረቦቹ እነዚህን ጥያቄዎች ለመመለስ ነበር የተነሱት። ለእነዚህ ጥያቄዎች ምላሽ ለመስጠት ለብዙ ተከታታይ ዓመታት የላቁ ውጤቶችን ሲያስመዘግቡ የነበሩ ድርጅቶችን (ኩባንያዎችን) መረጡ። እነዚህን

ድርጅቶች በተለያዩ መንገዶች ከሌሎች ድርጅቶች ጋር በማወዳደር ለሚከተሉት ጥያቄዎች መልስ ለማግኘት ጣሩ።

- ምንድነው እነዚህን ድርጅቶች ልዩ ያደረጋቸው?
- ከሌሎቹ ድርጅቶች በተለየ ሁኔታ እነዚህ ድርጅቶች ለዓመታት የላቀ ውጤት ሊያስመዘግቡ ያስቻላቸው ምስጢር ምንድነው?

ሃያ ሁለት ድርጅቶችን ለአምስት ዓመታት በጥልቀት አጠኑ። በሺዎች የሚቆጠሩ ቃለ መጠይቆችን አደረጉ። በርካታ መዛግብትን መረመሩ። ከብዙ ልፋት በኋላ አንዳንድ ድርጅቶች የላቀ ውጤት ማስመዝገብ የሚችሉበት ምስጢር አገኙ።

"ከጥሩ ወደ ታላቅ: አንዳንድ ድርጅቶች ታላቅ ለውጥ ማምጣት ሲችሉ ሌሎቹ የሚያቅታቸው ለምንድነው? (Good to Great: Why Some Companies Make the Leap .... and Others Not) የተሰኘው መጽሐፍ የዚህ ጥናት ውጤት ነው።

የጥናታቸው ውጤት በሚከተሉት ጥቂት መስመሮች ማጠቃለል ይቻላል።

1. **አምስተኛ እርከን አመራር (Level 5 Leadership):** የላቀ ውጤት ማስመዝገብ የሚችል ድርጅት ለመፍጠር በአምስተኛው እርከን ላይ የሚገኝ አመራር ያስፈልጋል። ይህ አመራር ስልጡን ብቻ ሳይሆን ትሁትም ነው።
2. **መጀመሪያ ማ?.... ከዚያ ምን ? (First Who, Then What):** ድርጅት በአውቶቡስ ቢመሰል፤ በቅድሚያ ተገቢ ሰዎች

አውቶቡሱ ውስጥ መሆናቸው አረጋግጥ ከዚያ የት መሄድ እንዳለብህ ወስን። ትክክለኛ ሰዎችን ማግኘት ቅድሚያ የሚሰጠው ጉዳይ ነው።

3. **መራሩን ሀቅ ተጋፈጥ፤ ሆኖም ተስፋ አትቁረጥ (Confront the brutal facts; yet never give up hope):** ታላቅ ድርጅት ለመገንባት መራሩን ሀቅ መጋፈጥ ይገባል። ያም ሆኖ ግን የማያልቅ ተስፋን መሰነቅ ይገባል። ጀምስ ስቶክዴል በቬትናም ጦርነት ወቅት ተማርኮ ሰቆቃ ይፈፀምበት በነበረትም ወቅት ቢሆን “የነገ እፈታለሁ” ተስፋው ለታላቅነት አብቅቶታል። ድርጅቶችን እንደዚያ መሆን አለባቸው።
4. **የጃርቷን ምሳሌ መከተል (The Hedgehog Concept):** ጥንካሬህ ላይ አትኩር። ጃርት ሾሆችዋን በመጠቀም እንደሰለጠነችው አንተም በምትወደው፣ አሳምረህ መሥራት በምትችለው እና በሚያነቃቃህ ነገር ላይ ሠልጥን።
5. **ጠንካራ ሥነሥርዓት ያለበት ድርጅታዊ ባህል (A Culture of Discipline):** ከጥሩ ወደ ታላቅነት ለመሸጋገር ስነምግባርን ከጠንካራ ድርጅታዊ ዲሲፕሊን ጋር ማዋሃድ ያስፈልጋል። የዲሲፕሊኑ ጥብቅነት “አይብ ሊያሳጥብ” ይችላል (“Rinsing the cottage cheese”)[6]።
6. **የቴክኖሎጂ አራማጆች (Technology Accelerators):** የቴክኖሎጂ ውጤቶችን መጠቀም ወሳኝ ነው። ቴክኖሎጂ የምትጠቀመው የምትወደው፣ የምታውቀው እና ጥንካሬህን

---

6. ዴብ ስኮት የተባለ ታዋቂ ስፓርተኛ ስነሥርዓት አጥባቂ ከመሆኑ የተነሳ የካሎሪ መጠን ለመቀነስ የሚመገበውን አይብ በውሃ ያጥብ ነበር። ከዚያ ወዲህ “አይብ ማጠብ” የጥብቅ ዲሲፕሊን መገለጫ ሆኖ ተወሰደ።

የሚያጎለብት ሲሆን መሆን አለበት። በጃርቷ ነገረ-ሀሳብ ውስጥ ያለ ቴክኖሎጂን በተግባር ላይ ማዋል ይገባል።

7. **መዘውሩ** (The Flywheel): አንድ ድርጅት በአንዴ ታላቅ አይሆንም። እንደ መዘውር በትንሹ ተጀምሮ እየፈጠነ መሄድ አለበት። ተከታታይነት ያላቸው ትናንሽ ጥረቶች ተጠራቅመው ታላቅና ዘላቂ ለውጥ ያመጣሉ። እንደ መሰናከል ሩጫ በየጊዜው እየተዘለለ የረዥም ጊዜ እድገት ማስመዝገብ አይቻልም።

2. ጥሩ የታላቅነት ጠላት ነው /Good is the Enemy of Great/

ታላቅ ውጤት ለማስመዝገብ "ጥሩ" ድርጅት መሆን አይበቃም። በአንፃሩ ደግሞ "ጥሩ" ድርጅት መሆን "ታላቅ" የመሆንን መንገድ ይዘጋል። ብዙ ጥሩ ድርጅቶች መኖራቸው ታላላቅ ድርጅቶችን እንዳናገኝ ሊያደርገን ይችላል። ልዩ ውጤት የሚያስመዘግቡ ት/ቤቶች የአለመኖራቸው ዋነኛ ምክንያት ደህና ውጤት የሚያስመዘግቡ በርካታ ት/ቤቶች ስላሉ ነው። በ "C" የሚደሰት ተማሪ "A" እንደናፈቀው ይኖራል።

ብዙ ድርጅቶችም የላቀ የውጤት ደረጃ ላይ የማይደርሱት በሚያገኙት መካከለኛ ውጤት ስለሚረኩ ሊሆን ይችላል።

ትላልቆቹ ሕልሞቻችን "ጥሩ" በሆኑ ድርጅቶች ማሳካት አይቻልም። ለታላላቅ ሕልሞቻችን መሳካት ታላላቅ ድርጅቶች ያስፈልጉናል።

3. አምስተኛ እርከን አመራር /Level 5 Leadership/

የዚህ ምርምር አንዱ ትልቁ ውጤት የመሪዎች ብቃት የድርጅትን ውጤታማነት የሚወስን መሆኑ በንድፈሀሳብ ደረጃ ሳይሆን በተግባር መረጋገጡ ነው። ለታላቅነት የሚፈለገው አምስተኛ እርከን ላይ ያለው የአመራር ዓይነት ነው።

አምስተኛው እርከን ላይ የሚገኙ መሪዎች ስለ ራሳቸው ያላቸው ግምት ከራሳቸው ግለሰብዕና አንስተው ከድርጅቱ ጋር ማዋሃድ የቻሉ ናቸው። እነዚህ መሪዎች እንደ ማንኛውም ሰው የግል ፍላጎቶችና የተለያዩ "ጥማቶች" አሉዋቸው። እንዲያውም እነዚህ ሰዎች ከሌሎች ሰዎች የበለጠ ለብዙ ነገሮች የጋለ ፍላጎትና ጉጉት አላቸው። ሆኖም ግን "ጥማቶቻቸውና' ጉጉቶቻቸው ከድርጅቶቻቸው ውጤታማነት ጋር የተያያዙ ናቸው።

አምስቱ የመሪነት እርከኖች ከላይ ወደ ታች የሚከተሉት ናቸው።

እርከን አምስት: ***ሥራ አስፈፃሚ*** **(Executive)**: ትህትናንና ሙያዊ ብቃትን በማዳቀል ድርጅቱን ለዘላቂ ታላቅነት መምራት የሚችል

እርከን አራት: ***ውጤታማ መሪ*** **(Effective Leader)**: የድርጅቱን ርዕይ በትጋት የሚከተል፤ ለከፍተኛ ጥራት የሚተጋ መሪ

እርከን ሦስት: **ብቁ *ሥራ* አስኪያጅ (Competent Manager)**: ሰዎችንና ሌሎች ግብዓቶችን አስቀድሞ ለታሰበባቸው

ግቦች ስሉጥ እና ፍሬዓማ በሆነ መንገድ ማደላደል የሚችል መሪ

እርከን ሁለት: **አስተዋፅዖው የጎላ የቡድን አባል (Contributing Team Member):** የግል ችሎታዎቹን ለቡድን የሚያውልና ከሌሎች የቡድኑ አባላት ጋር ተግባብቶ መሥራት የሚችል

እርከን አንድ: **ከፍተኛ ችሎታ ያለው ግለሰብ (Highly Capable Individual):** ችሎታዎቹን፣ እውቀቱንና ተሰጥዖዎቹን ተጠቅሞ ለመልካም ሥራ ከፍተኛ አስተዋጽዖ ማበርከት የሚችል ግለሰብ

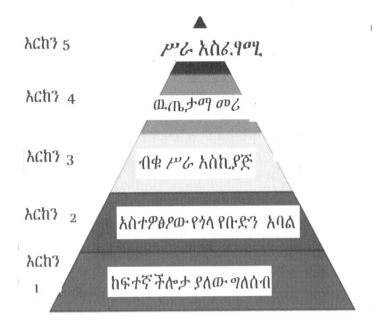

እርከን 5
ሥራ አስፈፃሚ
እርከን 4
ዉጤታማ መሪ
እርከን 3
ብቁ ሥራ አስኪያጅ
እርከን 2
አስተዋፅዖው የጎላ የቡድን አባል
ከፍተኛ ችሎታ ያለው ግለሰብ

ስዕል 1: አምስቱ የመሪነት እርከኖች

ከጥሩ ወደ ታላቅነት የተሸጋገሩ ድርጅቶች በሙሉ አምስተኛ እርከን ላይ የደረሱ የበሰሉ፣ የታመኑ፣ ትሁት አመራሮች አሏቸው። በተለይም በሽግግር ወቅት አምስተኛ እርከን ላይ የደረሰ አመራር መኖር ወሳኝ ነው። ድርጅቱ በንግድም ይሁን በማኅበራዊ አገልግሎት ወይም በሌላ ማናቸውም ዓይነት የሥራ መስክ ቢሰማራ ታላቅ ድርጅት እንዲሆን ታላላቅ መሪዎች ሊኖሩት ይገባል። የታላላቅ ድርጅት መሪዎች ራሳቸው ታላላቆች መሆን ይኖርባቸዋል።

“እርከን አምስት” ከፍተኛው የአመራር ደረጃ ይመለከታል። በዚህ ደረጃ ላይ ያለ ሰው ብቁ የሥራ አስፈፃሚ ነው። እዚህ ደረጃ ላይ የደረሰ ሰው ሙያዊ ብቃትን ከሥነምግባራዊ ትህትና ጋር አዳምሮ የያዘ ነው። እዚህ ደረጃ ላይ የደረሰ ሰው ሕልሙ፣ ፍላጎቱ፣ ጥረቱ የድርጅቱ እድገት ነው። የዚህ ዓይነቱ ሰው ጥም የሚረካው በድርጅቱ እድገት ነው።

በዚህ ደረጃ ላይ ያለ መሪ ተከታዩን መሪ ለበለጠ ስኬት ያዘጋጀዋል። ከዚህ ደረጃ በታች ያሉ መሪዎች ከእነሱ በኋላ የሚመጡ መሪዎችን ለውድቀት ነው የሚያዘጋጁት። ያለእነሱ ድርጅቱ ቆሞ እንዳይሄድ የሚያደርጉትም አንዱ ምክንያት ይህ ነው።

እርከን አምስት ላይ የደረሰ መሪ ትሁት ነው። ሙገሳዎችን ለሌሎች ወቀሳዎችን ግን ለራሱ የሚወስድ ነው።

3.1. የእርከን አምስት አመራር ሁለት ዋና ዋና ባህሪያት

3.1.1. ባህሪ አንድ፡ ሙያዊ ፍላጎት / Professional Will/

አምስተኛ እርከን ላይ ያለ መሪ

- ከጥሩ ወደ ታላቅነት የሚያሸጋግር ውጤት ማስገኘት ይችላል።
- የቱን ያህል አስቸጋሪ ቢሆንም እንኳን ለረዥም ጊዜ የሚቆይ የላቀ ውጤት የማስመዝገብ ቁርጠኝነት አለው።
- ለድርጅቱ ከፍተኛ የብቃት ደረጃ ያወጣና ከዚያ ደረጃ ላለመውረድ ይተጋል።
- ነገሮች ወደ መጥፎ አቅጣጫ ቢያመሩ፤ እቅዶች ሳይሳኩ ሲቀሩ ሰበብ ፍለጋ ወደ ሌሎች ሰዎች ሳይሆን ወደ ራሱ ይመለከታል። ለደረሱ ጥፋቶች ራሱ ኃላፊነት ይወስዳል።

3.1.2. ባህሪ ሁለት: ትህትና/Personal Humility/

አምስተኛ እርከን ላይ ያለ መሪ

- ትሁት ነው። ፈጽሞ አይታበይም።
- የቱን ያህል አስቸጋሪ ቢሆንም እንኳን ለረዥም ጊዜ የሚቆይ የላቀ ጽናትና ትዕግሥት አለው።
- ለታይታና ለዝና ሳይጨነቅ ሥራዉን በዝግታና በጥሞና ይከውናል።
- የግል ፍላጎቶቹን ከድርጅቱ ፍላጎቶች ጋር ያቀናጃል።
- ከራሱ በላይ ውጤታማ የሆነ ተተኪ መሪ ለመፍጠር ይጥራል
- ውጤት ሲያምር፤ ከታቀደው በላይ ሲሳካ ለስኬት ምክንያት የሆኑትን ለማመስገን ወደሌሎች ይመለከታል። ለተገኘው መልካም የሥራ ውጤት ሌሎችን ያመሰግናል፤ ይሸልማል።

4. በመጀመሪያ "ማን" … ከዚያ "ምን" /First Who . . . Then What/

ድርጅት በአውቶቡስ ቢመሰል - የመሪዎች የመጀመሪያ ሥራ መሆን ያለበት ትክክለኛ ሰዎች አውቶቡሱ ውስጥ መግባታቸውና በየተገቢው ቦታ መቀመጣቸውን፤ በአውቶቡሱ ውስጥ መገኘት የሌለባቸው ሰዎች ደግሞ ከአውቶቡሱ መውጣቸውን ማረጋገጥ ነው።

የላቀ ውጤት አስመዝጋቢ መሪዎች "ከምን" በፊት "ማን" ያስቀድማሉ። ተገቢ ሰዎቻቸውን መያዛቸውን ካረጋገጡ በኋላ ነው "የት እንሂድ?" "እንዴት እንሂድ" .. እና የመሳሰሉ ጥያቄዎችን የሚመልሱት።

በተገቢ ሰዎች የተሞላ ድርጅት አስቸጋሪ የሆኑ ችግሮችን በጣጥሰው ማለፍ ይችላሉ። ተገቢ ባልሆኑ ሰዎች የተሞላ ድርጅት ግን የተፈጠሩለትንም እድሎች መጠቀም አይችልም። በተገቢ ሰዎች የተሞላ ድርጅት በጠመዝማዛ መንገድ መጓዝ፤ የስትራቴጂ ማሻሻያ ማድረግ አያቅተውም። ሁኔታዎች ተቀይረው መንገድ መቀየር ካስፈለገ ያለብዙ ችግር እስምምነት ላይ መድረስ ይቻላል። በተገቢ ሰዎች የተሞላ ድርጅት አባላቴን ወይም ሠራተኞቼን በምን ላነቃቃ የሚለው ችግር በአብዛኛው ከመነሻው ተቃልሎለታል። ሠራተኞቹ ወይም አባላት ውጫዊ ማነቃቂያ ወይም ማበረታቻ እምብዛም የማይፈልጉ በራስ ተነሳሽነት መሥራት የሚችሉ ይሆናሉ።

በአንፃሩ ድርጅቱ የተሞላው ተገቢ ባልሆነ ሰዎች ከሆነ ድርጅቱ ትክክለኛ መንገድ ያዘ አልያዘ የትም ሊደርስ አይችልም። ብሩህ የሆነ ዓላማ ብሩህ ባልሆኑ ሰዎች፤ ትልቅ ዓላማ ትላልቅ ባልሆነ ሰዎች ከተያዘ ዋጋ የለውም።

ትልቁ የመሪዎች ችሎታ ብቁ አባላትን (ሠራተኞችን) እንዴት ማፍራትና ማበልጸግ እንደሚቻል ማወቅ ነው። የታላላቅ ድርጅቶች ዋነኛ ሀብት በሥነምግባር የታነጹት አባላቱ (ሠራተኞቹ) ናቸው። ትልቁ ኪሳራው ደግሞ ይህ የጎደላቸው አባላትን (ሠራተኞችን) ይዞ እየሄደ ከሆነ ነው።

ከጥሩ ወደ ታላቅነት የሚሸጋገሩ ድርጅቶች አባሎቻቸውን በማሳደግ ያምናሉ። በአባላት (በሠራተኛ) አስተዳደር ላይ ጥብቅ ናቸው፤ ጨካኞች ግን አይደሉም።

5. መራሩን ሀቅ ይጋፈጡ /Confront the Brutal Facts/

ጀምስ ቦንድ ስቶክዴል (ዲሴምበር 23 1923 - ጁላይ 3 2005) በአሜሪካ የባህር ኃይል ውስጥ ከሁሉ በላይ በኒሻኖች የተንቆጠቆጠ የጦር መኮንን ነበር። በቤትናም ጦርነት ጊዜ በሰሜን ቤትናም ጦር የተማረከው ከፍተኛው ባለማዕረግ ጀምስ ቦንድ ነበር። በምርኮ ሰባት ዓመት ከግማሽ አሳልፏል። ምርኮኛ በነበረበት ጊዜዓት በርካታ አካላዊ ሰቆቃዎች (ቶርቸር)ተፈጽሞበታል።

ጀምስ ስቶክዴል "አንድ ቀን ተፈተን በነፃነት እንኖራለን" የሚል ተስፋ ከነበራቸው እስረኞች አንዱ ነው። መፈታት ተግባራዊ ሊሆን የማይችል ሕልም በሚመስልበት ጊዜ እንኳን አንድ ቀን እንደሚፈታ ተስፋ ነበረው። ያም ሆኖ ግን እለት በእለት አሳሪዎቹ ከሚያደርሱባቸው መራር ጥቃት ጋር ፊት ለፊት መጋፈጥ ነበረበት። በእንዲህ ዓይነት አስቸጋሪ ሁኔታ ውስጥ ሆኖ የእስረኞች ተወካይ በመሆን ብቃት ያለው አመራር መስጠት ችሏል።

ጀምስ ስቶክዴል ምህረትን በማያውቅ ጠላት እጅ መውደቁ እና ይህም ምድራዊ ገሀነም መሆኑን ተቀበለ። ሆኖም ግን ተስፋ አልቆረጠም። በታሳሪዎች መካከል ምስጢራዊ ግኑኙነት ፈጠረ። የቶርቸር ሥቃይን መቋቋሚያ ዘዴዎችን ቀየሰ። ለሚስቱ በሚጽፋቸው "የዋህ" ደብዳቤዎች ውስጥ የተመሰጠረ መልዕክቶችን ለአገሩ የስለላ ድርጅት እንደዲርሰው ማድረግ ቻለ … ወዘተ

ስዕል 2፡ ጀምስ ስቶክዴል

ድርጅቶችም እንደ ስቶክዴል መሆን አለባቸው።

ትላልቅ ሕልሞችን ማለም ጥሩ ነው። ነገር ግን ሁሌም ሕልሞች ከሀቅ ጋር መነፃፀር አለባቸው።

"'ምንም ተስፋ የለውም፤ አትልፋ' በሚል ጨለምተኛ እና 'አትጨነቅ፤ ጊዜ ራሱ መፍትሔ ይፈልግለታል' በሚል ባዶ ተስፈኛ መካከል እጅግም ለውጥ የለም። በሁለቱም አማራጮች የሚሆን ነገር የለም"

ዩቮን ቹይናርድ

ተጨባጩ ሀቅ መራር በሚሆንበት ወቅት ሰዎችን በብሩህ ርዕይ ማነቃቃት ይቻላል? በዚህ ጥናት የተገኘው ውጤት ከመጀመሪያው "ያሳፈሯቸው" ሰዎች ተገቢዎቹ ካልሆኑ "አይቻልም" የሚል ነው።

ከመጀመሪያው "ያሳፈሯቸው" ሰዎች ተገቢዎቹ ሰዎች ካልሆኑ ውብ ርዕይዎን በውብ ቃላት ቢናገሩም የሚሰማ ጆሮ አያገኙም። ከመጀመሪያው ሰዎችዎን በአግባቡ መርጠው ከሆነ ግን ይኸ ችግር አይገጥሞትም። ድርጅቱ አስቸጋሪ ፈተና በሚገጥመው ወቅት ሰዎችዎ የእርስዎን ማበረታቻ ሳይጠብቁ ራሳቸውን በራሳቸው ያነቃቃሉ።

እርግጥ ነው ብሩህ ርዕይ ለአመራር በጣም አስፈላጊ ነገር ነው። መሪዎች የድርጅታቸውን ርዕይ በሚገባ መግለጽ መቻል አለባቸው። ችግርን መጋፈጥ መቻልም የዚያኑ ያህል አስፈላጊ ጉዳይ እንደሆነ ሊታወቅ ይገባል። ችግር በገጠመ ጊዜ ሁሉ ማበረታቻና ማባበያ የሚፈልግ አባል (ሠራተኛ) የሞላበት ድርጅትን ታላቅ ማድረግ አይቻልም።

በታላላቅ ድርጅቶች ውስጥ ሀቅ የቱን ያህል መራር ብትሆን የመሰማት (የመደመጥ) እድል አላት። "ሀቅ አለኝ" የሚል ሁሉም መሰማት (መደመጥ) ይኖርበታል።

እንዴት ነው ሀቅ የሚሰማበት ሁኔታ መፍጠር የሚቻለው?

1. በጥያቄዎች እንጂ በመልሶች አይምሩ። የታላቅ ድርጅት መሪ መሆን ማለት ለችግሮች ሁሉ ምላሽ ያለው ሰው መሆን ማለት አይደለም። መልሶችን ሳይሆን ጥያቄዎችን ይዘው ወደ አባላት (ሠራተኞች) ይቅረቡ። መፍትሔዎችን ከእነሱ ጋር ይፈልጉ።

2. በማስገደድ (በመጫን) ሳይሆን በውይይትና በክርክር ይምሩ። ታላላቅ ድርጅቶች በውስጣቸው ከፍተኛ ውይይትና ክርክር የሚደረግባቸው ናቸው። ክርክሮቹም የይስሙላ ሳይሆኑ ሀሳብ “የሚሸጥባቸው” እና “የሚገዛባቸው” ገበያዎች ናቸው።
3. ውንጀላ የሌለበት ምርመራ ማካሄድ። ስህተቶች ከተፈፀመው የስህተቶችን ምንጭ መርምሮ ማግኘትና የእርምት እርምጃ መውሰድ ይገባል። የምርመራዎች /የግምገማዎች/ ግብ መወነጃጀል ሳይሆን መማማር መሆን ይኖርበታል። ስለሆነም ምርመራዎችዎ አበረታች መሆን ይገባቸዋል።
4. “ቀይ ባንዲራ” የማቆም ባህል መገንባት። ታላላቅ ድርጅቶች ከሌሎች የተሻለ የመረጃ ምንጭ የላቸውም። የሚለዩት ለመረጃ ባላቸው ክብር ነው። የማይናቁ መረጃዎች አሉ። በቂ መረጃ በተገኙ ጊዜ ደግሞ ወዲያዉኑ ተገቢው እርምጃ የመውሰድ ባህል መገንባት ይገባል።

6. የጃርቷ ነገረ-ሀሳብ /The Hedgehog Concept/

ስለጃርት እና ቀበሮ የተነገረውን ጥንታዊውን የግሪክን ተረትን ያስታውሳሉ?

ቀበሮ ብልህና ብልጥ ነው። በጣም ብዙ ነገር ያውቃል። ጃርት ግን የዋህ ቢጤ ናት። ጃርት ጠንቅቃ የምታውቀው አንድ አቢይ ጉዳይ ብቻ ነው - አደጋ በሚመጣበት ወቅት ራስዋን በሾህዎችዋ መሸፈን። በቃ፤ የጃርቷ እውቀትም ችሎታም ይኸ ብቻ ነው።

ቀበሮ ጃርትን ለማጥቃት ውስብስብ እቅዶችን ያወጣል፤ ስትራቴጂዎችን ይነድፋል። እቅዱን የሚያሳካበት ምቹ ጊዜ እስኪያገኝ በጃርት መኖሪያ ዙርያ

ያንዣብባል። ጃርት ግን ስለቀበሮ ውስብስብ እቅድ እውቀትም ግድም ሳይኖራት ውስብስብነት የሌለው የዕለት ተዕለት ሕይወትዋን ትመራለች።

ቀበሮ በውስብስቡ ጥናቱ እየተመራ ምቹ ባለው ጊዜ ዘሎ ጉብ ሊልባት ሲል ጃርት ሾሆችዋን ታቆማለች። “አይ አሁን ነቃሽብኝ! ቆይ አገኝሻለሁ፤ ጠብቂ!!!” ይላታል ቀበሮ። በሌላ ቀን አድብቶ ይሞክራል፤ አሁን ጃርት ትቀድመዋለች። እንዲህ እንደተባለ ክረምትና በጋ ይፈራረቃሉ፤ ዓመታት ይነጉዳሉ። ጃርት የምታውቀው አደጋ ሲኖር ሾህዎችዋን ማቆም ብቻ ነው። ስለ ቀበሮ እቅድም ሆነ ስትራቴጂ የምታውቀው ነገር የላትም። አደጋ ሲቃጣባት ግን ፈጥና እርምጃ ትወስዳለች። ታድያ ሁሌም የምታሸንፈው ጃርት ነች።

ይህ ምሳሌ ምን ይነግረናል? ብዙ ድርጅቶች ብዙ ጉዳዮችን ይዘው ይዳክራሉ። አንዳንዶች ደግሞ አንድ ዋና ሥራ ይዘው በሱ ይሰለጥናሉ። ታላቅ ድርጅትን ለመገንባት እንደ ጃርቷ መሆን ያስፈልጋል።

ከጥሩ ወደ ታላቅነት የተሸጋገሩ ድርጅቶች ከሌሎቹ በሁለት መሠረታዊ ነገሮች ይለያሉ።

1. ስትራቴጂዎቻቸው በሦስት ዋና ዋና ነገሮች ላይ ያተኩራሉ - መሥራት በሚችሉት፤ መሥራት በሚወዱት እና ውጤቱ በሚያጓጓቸው ጉዳዮች።
2. ይህን ስትራቴጂ በቀላሉ መረዳት ወደሚቻል አንድ አጠቃላይ መርህ ያወርዱታል (እንደ ጃርቷ የመከላከል ስትራቴጂ)

የጃርቷን ምሳሌ ለመከተል ድርጅቶች የሚከተሉትን ጥያቄዎች ይጠይቁ

1. ምንድነው አሳምረን መሥራት የምንችለው? (ምንድነው አሳምረን መሥራት የማንችለው?)
2. ምንድነው የውጤታችን ምንጭ? ምንድነው ለታላቅ ውጤት የሚያበረታታን ነገር? ውጤት የምለው ነገር በአንድ ነገር ብቻ ይለካ ቢባል ያ ነገር ምንድነው?
3. ምንድነው በጣም የምንወደው ሥራ ምንድነው? ውጫዊ ማነቃቂያ የማይፈልግ ሥራ? ሥራው መሠራቱ ብቻውን ማነቃቂያችን የሆነው እርሱ ምንድነው?

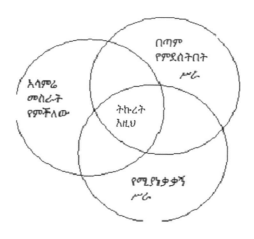

ስዕል 3፡ ትኩረት የሚያሻው የሥራ ዘርፍ

የጃርቷ ምሳሌ የሚያስረዳን አሸናፊ የሚያደርገን ምርጥ ስትራቴጂ፣ ምርጥ ግብ ወይም ምርጥ ፕላን ስላለን ሳይሆን የምንሠራውን ሥራ ጠንቅቀን ስናውቅ፤ ሥራችንን ስናፈቅርና፤ በሥራችን ስንነቃቃ ነው። ሦስቱ ክቦች በሚገናኙበት ቦታ ላይ ያተኮረ ድርጅት ታላቅ ድርጅት የመሆኑ እድሉ እጅግ የሰፋ ነው።

በጥሩ ሁኔታ የሚሠሩት ነገር የድርጅትዎ ዋነኛ ሥራ ካልሆነ እርስዎና ድርጅትዎ አልተገናኙም ማለት ነው። በጥሩ ሁኔታ የሚሠሩት ነገር የድርጅትዎ ዋነኛ ሥራ ከሆነ ደግሞ የጃርቷን ምሳሌ ይከተሉ። ትኩረትዎን በሙሉ እዚያ ላይ ያድርጉ። ጃርቷን መሆን ማለት የድርጅቱን ውጤታማነት በሚወስነው ዋነኛ ሥራ ላይ ጊዜና ጉልበትን ማጥፋት ማለት ነው፤ ትኩረትን ማሰባሰብ ማለት ነው።

የድርጅቱ አመራር ዋነኛ ሥራ ድርጅቱን "ጃርት" ማድረግ ነው።

7. ሥነሥርዓትን ባህል ማድረግ /A Culture of Discipline/

ከጥሩ ወደ ታላቅነት የተሸጋገሩ ድርጅቶች በሙሉ ጥብቅ ድርጅታዊ ዲሲፕሊን ድርጅታዊ ባህል የሆነባቸው ናቸው። ጠንካራ ድርጅታዊ ዲሲፕሊን ሳይኖር ታላቅ ድርጅት መፍጠር አይቻልም!!

በተለይም የሚከተሉት እጅግ አስፈላጊ ናቸው።

1. ራሳቸውን ለሥነ ሥርዓት ያስገዙ ሰዎች
2. ሥነ ሥርዓት የያዘ አስተሳሰብ
3. ሥነ ሥርዓት የያዘ ተግባር

1. ራሳቸውን ለሥነ ሥርዓት ያስገዙ ሰዎች

ወደ ታላቅነት ሽግግር የሚጀመረው አምስተኛ እርከን ላይ ያሉ መሪዎች (ሙያዊ ብቃትንና ትህትናን ያዳቀሉ መሪዎች) ይዞ ነው። ሠራተኞቹም (አባላቱ)

"በመጀመሪያ ማን ከዚያ ወዴት" በሚለው መርህ የተመረጡ፤ ራሳቸውን በራሳቸው ሥርዓት ማስያዝ (ራሳቸውን ማስተዳደር) የሚችሉ መሆን ይኖርባቸዋል።

ወደ ታላቅነት ሽግግር የሚጀመረው ራሳቸውን በራሳቸው ሥርዓት ማስያዝ (ራሳቸውን ማስተዳደር) የሚችሉ ሰዎችን በመምረጥ እንጂ ሥርዓት የለሽ ሰዎችን ሰብስቦ ሥርዓት በማስያዝ አይደለም። በድርጅት ውስጥ ዲስፕሊን መኖሩ፤ ከሁሉም በላይ ደግሞ ራሳቸውን ሥርዓት ማስያዝ የሚችሉ ሰዎች የሞሉበት ከሆነ ድርጅቱ መራር ተግዳሮቶችን መጋፈጥ ይችላል።

መደረግ ያለባቸው

- ራሳቸውን ለሥነሥርዓት ያስገዙ አባላትን (ሠራተኞች) ይዞ መነሳት፤
- ለውጥ መደረግ በሚኖርበት ጊዜ የለውጥ እርምጃ መውሰድ፤ እና
- ምርጥ ሰዎችን በምርጥ ውጤት ማምጫ ቦታዎች እንጂ ችግር በበዛባቸው ቦታዎች አለማስቀመጥ።

መደረግ የሌለባቸው

- ለሥነሥርዓት ተገዢ ያልሆኑ ሰዎችን ሰብስቦ ሥነ ሥርዓት ለማስተማር መሞከር፤
- ድክመት እየታየ ይታረማል በሚል "አውቶቡሱ" ውስጥ ማሳፈር።

2. ሥነ ሥርዓት የያዘ አስተሳሰብ

188

መራሩን ሀቅ መጋፈጥ። በነባራዊ ሀቅ ላይ የተመሠረተ ውሳኔ መስጠት። እጅግ የተወሳሰቡ ችግሮች ቢኖሩም በመጨረሻ አሸናፊ የመሆን ተስፋ መሰነቅ።

ሀቅ የምትደመጥበት ሁኔታ መፍጠር።

- በጥያቄዎች እንጂ በመልስ አይምሩ
- ውይይትና ክርክር ይበረታታ፤ ጫና ይቅር
- ውንጀላ ዓላማው ያላደረገ የሥራ ግምገማ ይደረግ

መሪዎች ለጠንካራ ዲሲፕሊን የጃርቷን አርዓያነት እንደ ድጋም (mantra) መቀበል ይኖርባቸዋል። "ከዋነኛ ሥራችን ጋር ተያያዥነት ለሌለው ጉዳይ የምናባክነው ጊዜ የለም" "ይሄ የኛ ሥራ አይደለም" "ይሄ ለኛ አይሆንም" የሚሉ እና የመሳሰሉ ዓረፍተ ነገሮች መለመድ አለባቸው።

በድርጅቱ ውስጥ ስትራቴጂያዊ ውሳኔዎች በሶስቱ ክበቦች (በሚታወቅ፣ በሚፈለግና በሚያነቃቃ) ውስጥ እንዲሆኑ የሚከታተል ምክር ቤት ማቋቋም ይገባል።

ብዙዎች መጥፎ እና መካከለኛ ውጤት የሚያስመዘግቡ ድርጅቶች ጊዜዓቸውና ኀይላቸውን የሚያጠፉት በማይጠቅማቸው ሥራ ላይ ነው።

መደረግ ያለባቸው

- መራሩን ሀቅ መጋፈጥ፤ ሆኖም ለድል ተስፋ ማድረግ
- በሚያውቁት፣ በሚወዱትና በሚያነቃቃ ሥራ ላይ መጠመድ
- የማያቋርጥ እድገትን መሻት

መደረግ የሌለባቸው

- ሀቅን መሸፋፈን ወይም መካድ
- ትኩረት ማጣት
- በጊዜዓዊ ሁኔታዎች መዋከብ

3. ሥነ ሥርዓት የያዘ ተግባር

ነፃነትና ኃላፊነት አዳብሎ በያዘ ሥርዓት (system) ውስጥ .... ሰውን ሳይሆን ሥርዓትን ማኔጅ ማድረግ ይገባል፡፡ በነፃነትና ኃላፊነት ላይ የተመሠረተ ባህል መገንባት ይኖርበታል። ድርጅቱ ራሳቸውን ለሥነሥርዓት ባስገዙ ሰዎች መሞላት ይኖርበታል፡፡ የድርጅቱ አባላት አስፈላጊ ከሆነ "አይባቸውን ለማጠብ" የተዘጋጁ መሆን ይኖርባቸዋል፡፡

ውጤታማ ሥነሥርዓት ከአምባገነናዊ ዲሲፕሊን መለየት ይኖርበታል፡፡ አመራሩም ሆነ አባላት "ለጃርት ስትራቴጂ "ታማኝ መሆን ይኖርባቸዋል፡፡ የማይደረጉ ነገሮች ዝርዝር (Don't do list) ማዘጋጀት ይገባል፡፡

የጃርትን ነገረ ሀሳብ (የሚያውቁትን፣ የሚወዱትና የሚያነቃቃ ነገር ላይ ማትኮር) ማግኘትና ማዳበር ራሱ ከፍተኛ የተግባር ዲሲፕሊን ይጠይቃል፡፡ ትክክለኛውን ሥራ ማግኘት ቀላል አይደለም፡፡

አምስተኛ እርከን ላይ ያለ መሪ ካለ፤ ተገቢ ሰዎች ብቻ አውቶቡሱ ውስጥ ገብተው ከሆነ፤ መራር ሀቅን መጋፈጥ ከተቻለ፤ ሀቅ የሚሰማበት ሁኔታ ከተፈጠረ፤ የጃርቷን ምሳሌ መከተል ከተቻለ፤ በስሜት ብቻ ሳይሆን በተጨባጭ

ሀቅ ላይ ተመስርቶ ሥራን መከወን ከተቻለ፤ የአማካሪ ምክር ቤት ካለ፤ የተሳሳቱ ነገሮችን መከወን ማቆም ከተቻለ ታላቅ ድርጅት ይፈጠራል።

መደረግ ያለባቸው

- ስትራቴጂያዊ ትኩረት (የሚቻል፣ የሚወደድ፣ የሚያነቃቃ)
- ብሩህ ርዕይ፣ ተስፋ
- የይደረጉ (to do) እና የአይደረጉ (Not to do) ዝርዝር

መደረግ የሌላባቸው

- ራሳቸውን ለሥነሥርዓት ያስገዙ በሌሉበት ሥርዓት የያዘ አስተሳሰብም ሆነ ተግባር መሞከር
- እርስ በርሳቸው ያልተያያዙ ሥራዎችን መጀመር
- ተስፋ መቁረጥ
- በባዶ ተስፋ መሞላት

8. ምዕራፍ VII: ቴክኖሎጂ /Technology Accelerators/

ጥሩ ቴክኖሎጂ ወደ ስኬት የሚደረግን ጉዞ ሊያፋጥን ይችላል፤ የስኬት ምንጭ ግን አይደለም። ከጥሩ ወደ ታላቅነት የሚሸጋገሩ ድርጅቶች የማያውቁትን ቴክኖሎጂ አዲስ ስለሆነ ብቻ አይጠቀሙም። ቢያንስ የአዲሱ ቴክኖሎጂ ጥቅምና ጉዳት እስኪያውቁ ይጠብቃሉ።

በቴክኖሎጂ ምርጫ ወቅት "ይህ ቴክኖሎጂ ድርጅቴን ጃርቷን ለማድረግ ይጠቅመኛልን? (ዋነኛውን ሥራዬን ለማከናወን ይጠቅመኛልን?)" ብሎ መጠየቅ ይገባል። መልሱ አዎ ካልሆነ ቴክኖሎጂውን አለመጠቀም ይሻላል።

ቴክኖሎጂ በጣም ጠቃሚ ነገር ነው፤ በቴክኖሎጂ አጠቃቀም ወደኋላ ቀርቶ ታላቅነት የለም። ሆኖም ግን ቴክኖሎጂ ብቻውን የእድገትም ሆነ የውድቀት ምንጭ አይደለም። ሰውን ሳይቀይሩ ቴክኖሎጂን መቀየር እምብዛም ፋይዳ የለውም። በታላላቅ ድርጅቶ ተመራጭ ቴክኖሎጂ ከ Core Business ጋር የተያያዘ ቴክኖሎጂ ብቻ ነው።

9. መዘውሩ (The Flywheel)

በጣም ከፍተኛ ክብደት ያለው መዘውር ለማሽከርከር ሞክረው ያውቃሉ?

ስዕል 4: መዘውር

ከባድ መዘውር ከቆመበት ማንቀሳቀስ በጣም፣ እጅግ በጣም ከባድ ነው። ያም ሆኖ ግን ተጣጥረው ያንቀሳቅሱት። ትንሽ ከተንቀሳቀሰልዎ እንዳይቆም ፋታ ሳይሰጡ መግፋትዋን ይቀጥሉ። እንደምንም አንድ ዙር ያዙሩት .... ሁለተኛውን ይድገሙ ... ሶስተኛውን ይድገሙ ... አራተኛ ...አምስተኛ ...ስድስተኛ ... በእያንዳንዱ ተጨማሪ ዙር እየቀለልዎት ይመጣል ... ይቀጥሉ ... ሃያኛ ... አምሳኛ ... በሆነ ወቅት መዘውሩ ራሱ መሽከርከር ይጀምራል።

መዘውሩ ራሱ መሽከርከር ከጀመረ በኋላ ከባድ መሆኑ የሚጠቅምዎት እርሶን ነው። ከባድ መዘውር አንዴ መዞር ከጀመረ በቀላሉ አይቆምም። እየዞረ እያለ ትንሽ ተጨማሪ ግፊት ከጨመሩለት ግዙፉ መዘዉር በከፍተኛ ፍጥነት ይውለበለብልዎታል።

አሁን እንበልና አንድ ሰው ይመጣና “የትኛው ግፊት ነው ትልቁን ለውጥ ያመጣው?” ብሎ ቢጠይቅዎ ምን ብለው ይመልሳሉ? የመጀመሪያው? የሁለተኛው? አምስተኛው? ሠላሳኛው? ማንም ለይቶ መናገር አይችልም። ሁሉም ተባብረው ነው እሽከርክሪቱን እዚህ ደረጃ ላይ ያደረሱት።

ይህ የመዘውር ምሳሌ አንድ ድርጅት ከጥሩ ወደ ታላቅነት የሚሸጋገርበትን ሂደት ያመላክታል። አንድ ድርጅት በአንዴ ታላቅ አይሆንም። በተለይም ደግሞ በመጥፎ ወይም በመካከለኛ ደረጃ ላይ ያለን ድርጅትን “መቀስቀስ” ከባድ ነው። ሆኖም አንዴ መለወጥ፣ ማደግ ከጀመረ በየጊዜ እየተገነባ ወደ ታላቅነት መድረስ ይቻላል።

ከጥሩ ወደ ታላቅነት የሚሸጋገሩ ድርጅቶች ተከታታይ መሻሻል የማምጣትን ጥቅም የተረዱ ናቸው። የማያቋርጥ ተከታታይ ለውጥ ነው ድርጅቶችን ወደ

ታላቅነት የሚያደርሰው። መሻሻል በታየ መጠን አባላትም ይበረታታሉ። ቀጣዩ ዙር የሚጠይቀው ጉልበት ከበፊተኛው በጣም ያነሰ ይሆናል።

ሰዎች ከአሸናፊው ወገን መሆን ይፈልጋሉ። የሚታዩና ለሚጨበጡ ውጤቶች አስተዋጽዖ ማድረግ ይፈልጋሉ። ውጤት በሚያመጣ ነገር ውስጥ ተሳታፊ የመሆን ጉጉት አላቸው። ይህ የብዙ ቀና ሰዎች ፍላጎት ነው።

ሰዎች ጉራ ያልበዛበት፣ ሀቅን ያገናዘበ እቅድ ሲያዩ "ይኸ ይሠራል" ይላሉ። የሥራ አስፈፃሚው ቡድን ለእቅዱ በአንድነትና በጽናት ቆሞ ሲያዩ፤ አምስተኛ እርከን ላይ ያሉ መሪዎቻቸውን ሲመለከቱ ምፀታቸውን ትተው የምር ማሞካሸት ይጀምራሉ። መዘውሩ መሽከርከር ሲጀምር ብዙ ሰዎች መዘውሩን ለመግፋትና ፍጥነቱ እንዲጨምር የማድረግ ፍላጎት ያድርባቸዋል።

ወደ ታላቅነት ለመሸጋገር ባልታደሉ ድርጅቶች ውስጥ የሚስተዋለው ግን ከዚህ እጅግ በጣም የተለየ ነው። እዚያ ሁሌም የሚዘለል መሰናክል ነው ያለው። ቀስ እያለ ጀምሮ ሳያቋርጥ ከሚሽከረከር መዘውር ይልቅ የሚዘለሉ አጥሮች ያሉበት ነው።

ወደ ታላቅነት ለመሸጋገር ባልታደሉ ድርጅቶች ውስጥ "ታላቅ እመርታ" "ተዓምራዊ መስፈንጠር" "የማያዳግም እርምጃ" የሚሉ ሃረጎች ይወደዳሉ። ፉከራና ቀረርቶ ቢበዛባቸውም ሲነሱ ጀምሮ ለውድቀት የተዘጋጁ ናቸው። እነዚህ ድርጅቶች መዘውር ቢሰጣቸው እንኳን በጀመሩት አቅጣጫ መግፋትን አይቀጥሉበትም። መዘውሩን ገፍተው መንቀሳቀስ ሲጀምር ደክመው ሊያቆሙ ይችላሉ፤ ወይም በአንድ አቅጣጫ ማዞር ከጀመሩ በኋላ ሀሳባቸውን ቀይረው በሌላ አቅጣጭ ደግሞ ይጀምራሉ። የሚዞረውን ሲያቆሙ፤ እንደገና ሲጀምሩ ባሉበት እንደቆሙ ይቀራሉ።

ከዚህ በታች ያለው ስዕል ይህን ምዕራፍ ያጠቃልላል

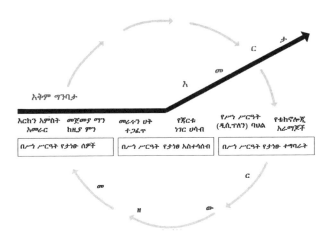

ስዕል 5; ስዕላዊ ማጠቃለያ

10. ማጠቃለያ

አንድን ድርጅት ከጥሩነት ወደ ታላቅነት ለማሸጋገር ተገቢ ሰዎችን ብቻ ይዞ መነሳት ይኖርበታል። የተገቢው ሰዎች መኖር በተለይ የመዘውሩ የመጀመሪያ ዙር ለመግፋት ወሳኝ ነው። በአንድ ጊዜ ለሚገኝ ሳይሆን ቀስ ተብሎ ለሚደረስበት ውጤት ትዕግሥትና ጽናት ያላቸው ሰዎች መኖራቸው ወሳኝ ጉዳይ ነው።

የድርጅቱ አመራርም ሆነ አባላት ኀይላቸውን፣ ችሎታቸውን፣ ፍላጎታቸውን ሰብስበው በዋነኛ ሥራቸው ላይ አትኩረው መሥራት ይጠበቅባቸዋል። ጃርት

በእሾሆችዋ የመጠቀም ችሎታዋ የቀበሮን ብልጠት ለማሸነፍ ያስቻላት የመሆኑ ተምሳሌት ልብ ማለት ይገባል።

ይህ ሁሉ ሲሆን ግን ሥነሥርዓት - ዲሲፕሊን - ከሌለ ሁሉም ነገር ዋጋ እንደሌለው መረዳት ይገባል። ራሳቸውን ለሥነ ሥርዓት ያስገዙ ሰዎች፤ ሥነ ሥርዓት የያዘ አስተሳሰብ፤ ሥነ ሥርዓት የያዘ ተግባር። ድርጅት ያለ ዲሲፕሊን ድርጅት አይደለም። ድርጅታዊ ዲሲፕሊን ወደ ባህል ደረጃ ካላደገ ደግሞ ፋይዳው እምብዛም ነው።

ይህ ሁሉ ከተደረገ ግን እንኳንስ ጥሩ ድርጅት መጥፎ ድርጅትንም ቢሆን ወደ ታላቅ ድርጅትነት ማሸጋገር ይቻላል። እርግጥ ነው አንድን ድርጅት በአንድ ወር ቀርቶ በአንድ ዓመትም ታላቅ ማድረግ ላይቻል ይችላል። መዘውሩ እየተሽከረከረ እስከሆነ ድረስ ግን ጊዜ ቢወስድም ይደረሳል።

***

(የጂን ኮሊንን "Good to Great: Why Some Companies Make the Leap .... and Others Not" በማሳጠር የቀረበ ነው።

ምዕራፍ አሥራ ሰባት

አፈፃፀም: እቅድን ጨርሶ መተግበር[7]

1. ስለ አፈፃፀም ለምን?

አፈፃፀም ለምን አስፈላጊ ጉዳይ ሆነ? ለዚህ ጥያቄ ሦስት ምላሾችን መስጠት ይቻላል

1.1. አፈፃፀም ራሱን የቻለ የእውቀት ዘርፍ (Discipline) ነው ።

የጥሩ እቅድ አንዱ መመዘኛ በተግባር ሊተረጎም መቻሉ ነው። በተግባር ሊፈጸም ይችል እንደሆነ ሳይታሰብ የተሠራ እቅድ - ጥሩ እቅድ አይደለም። "አፈፃፀም ላይ ነው እንጂ ችግሩ፤ እቅዱ ጥሩ ነበር" ማለት የሚረባ ክርክር አይደለም። ስለአፈፃፀም መጨነቅ ያለብን በእቅድ ወቅት ነው። በመሠረቱ እቅድን ከተራ ምኞት የሚለየው ተፈፃሚነትን አስቦ የሚነሳ መሆኑ ነው።

አፈፃፀም "እንዴት እና መቼ" የሚሉ ጥያቄዎች ስልታዊ በሆነ መንገድ የሚመለሱበት፤ ሥራዎች በታቀደላቸው ጥራትና ፍጥነት እየተገበሩ

---

7 ይህ ምዕራፍ EXECUTION: The Discipline of Getting Things Done በሚል ርዕስ በላሪ ቦሲዲ እና ራም ቻራን እንደ አውሮፓውያን አቆጣጠረ በ2002 የተፃፈው መጽሃፍ የያዛቸውን ቁምነሮች ለእኛ ተስማሚ በሆነ መንገድ ለማቅረብ ተሞክሯል።

መሆናቸውን የሚረጋገጥበት እና ተጠያቂነት ተግባራዊ የሚደረግበት ሂደት ነው።

1.2. አፈፃፀም የአንድ ሥራ ኃላፊ ዋነኛ ሥራ ነው

አንዳንድ የሥራ ኃላፊዎች ከዝርዝር ሥራ ነፃ የሆኑ ይመስላቸዋል። እነሱ መሪዎች በመሆናቸው ሥራቸው ማቀድ፣ ሥራን ማከፋፈል እና መቆጣጠር ብቻ አድርገው ይወስዳሉ። እውነቱ ግን ከዚህ የተለየ ነው። እቅዱን ተግባራዊ በማድረግ ሂደት ውስጥ ከፍተኛው ኃላፊ እጁን ያላስገባበት ሥራ አይፈጥንም።

1.3. አፈፃፀም የድርጅት ባህል ዋነኛ አካል ሊሆን ይገባል

ማቀድ ጥሩ መሆኑ የማያጠራጥር ቢሆንም በማቀድ ብቻ መርካት ግን አደጋ ነው። አንዳንደ ግለሰቦች፣ ድርጅቶችና መንግሥታት እቅድን ከተግባር በማምታታት ማቀድን የፍፃሜን ያህል ሲያወድሱ ይታያል። በማቀዳቸው ብቻ ስለሚደሰቱ እቅዱ ባይሳካ ብዙም አያሳስባቸው። ከትንሽ ጊዜ በኋላ መታቀዱ ራሱ ሊረሳ ይችላል፤ አልያም እንደተለመደው "የአፈፃፀም ችግር እንጂ እቅዱ እንከን የለሽ ነበር" ተብሎ ውጤቱ ሳይኖር እቅዱ ተወድሶ ፋይሉ ይዘጋል።

የታቀደውን መፈጸም የውጤታማ ድርጅት የሥራ ባህል ነው።

2. *ሦስቱ የአፈፃፀም ምሰሶዎች*

ጥሩ የሥራ አፈፃፀም በራሱ የሚመጣ ነገር አይደለም። በድርጅት ውስጥ የአፈፃፀም ምሰሶዎች የሆኑ ሦስት መሠረታዊ ጉዳዮች አሉ። አመርቂ ለሆነ አፈፃፀም የምሰሶዎቹ መኖር ወሳኝ ነው። እነዚህ ምሰሶዎች ከዚህ በታች በስዕል የተመለከቱት ናቸው።

ሶስቱ ምሰሶዎች

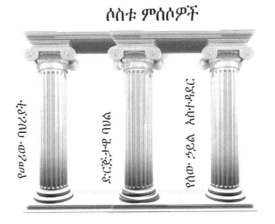

ስዕል 1: ሶስቱ ምሰሶዎች

2.1. ምሰሶ 1: የመሪው (የመሪዎቹ) ባህሪያት

ለተሳካ አፈፃፀም የመሪዎች ሚና ከፍተኛ ነው። ድርጅቶች በአፈፃፀም ረገድ አመርቂ ውጤት እንዲያስመዘግቡ የሚከተሉትን ሰባት የአፈፃፀም ማኔጅመት መሠረተ ሀሳቦችን መተግበር ይጠበቅባቸዋል።

እርስዎም የድርጅት መሪ (ወይም በማናቸውም ደረጃ ቢሆንም ከመሪዎቹ አንዱ) ከሆኑ የሚከተሉትን መተግበር ይጠበቅብዎታል።

2.1.1. ሰዎችዎንና ሥራዎን ጠንቅቀው ይወቁ

መሪዎች ለሥራቸው፣ በሥራቸው መኖር አለባቸው። ተግባር ላይ የሌሉ ድርጅቶች መሪዎች ከወቅቱ እውነታ የራቁ ናቸው። ያሉዋቸው መረጃዎች የራሳቸው አይታና አጀንዳዎች የበረዟቸው ናቸው። እርስዎ ተግባር ላይ ያለ ድርጅት መሪ ነዎትና ሥራዎን (ማለትም ያለብዎትን ኃላፊነት) ጠንቅቀው ይወቁ። ስለኃላፊነትዎ ሌላ ሰው እስኪነግርዎ አይጠብቁ። ከዚህም በተጨማሪ ከእነማን ጋር ምን እየሠሩ እንደሆነ ጠንቅቀው ይወቁ።

2.1.2. እውነታ ላይ ያትኩሩ

ስዕል 2 መራር እውነታን መቀበል ያሻል

መራር ቢሆንም እውነታን ይቀበሉ። ጥሩ ማለም ጥሩ ነገር ነው። ሆኖም ምኞት ብቻውን የሚያመጣው ለውጥ የለም። "አፈፃፀም"

ከብዙ ምኞቶች ውስጥ የተወሰኑትን የመተግበሪያ ቦታ ነው። መሬት ላይ ያለው እውነታን መቀበል የማስፈፀም እምብርት ነው። ስለሆነም ሁሌም ከእውነታ አይራቁ።

2.1.3. ግልጽ ግቦች እና ቅደም-ተከተሎች ይኑርዎት

ውጤታማ መሪዎች ጥቂት (እነሱም ቢሆን ቅደም ተከተል ባላቸው) ጉዳዮች ላይ ብቻ ያተኩራሉ። በእጅ ባለ ግብዓት ጥሩ ውጤት ለማምጣት በጥቂት ጉዳዮች ላይ ብቻ ማትኮር ተገቢ ነው። ብዙ ጉዳዮችን በአንዴ መያዝ አንዱንም በጥሩ ሁኔታ ላለመሥራት ምክንያት ሊሆን ይችላል። ድርጅትዎ የአገሪቷን ችግሮች በሙሉ በአንድ ጊዜ ለመፈታት የተነሳ ከሆነ አንዳችም የረባ ውጤት ሳያመጣ ተደነቃቅፎ ሊቆም ይችላል።

ለሥራዎች ቅደመ ተከተል አውጥቶ ቅድሚያ ለሚሰጣቸው ችግሮች ቅድሚያ መስጠት የአፈፃፀም አንዱ መርህ ነው።

2.1.4. የተሟላ ክትትል ይኑርዎት

የክትትል ማነስ የእቅዶች አለመሳካት ዋነኛ ምክንያት ነው። መሪዎች ሥራዎችን በማስፈፀም ሂደት ውስጥ ያሉ ችግሮችን ማስወገድ፣ የክትትል ሥርዓት ማኖር እና እያንዳንዱ ሰው የድርሻውን እየተወጣ መሆኑን ማረጋገጥ ይገባቸዋል። ክትትል ከሌለ ግልጽ ግቦችም ሆነ የተብራራ እቅድ መኖራቸው እምብዛም ፋይዳ የለውም።

2.1.5. ለሚሠሩ ሰዎች እውቅና ይስጡ

ውጤታማ ሥራ የሚሠሩ ሰዎች ተገቢውን ሽልማት ወይም እውቅና ማግኘት ይገባቸዋል። በኛ አገር የሚሠሩ ሰዎችን ማዋከብ፣ መዝለፍ … የተለመደ ነው። ይህ ባህል መቀየር ይኖርበታል።

2.1.6. ተተኪዎችን ያዘጋጁ

ስዕል 3: ተተኪ መሪዎችን ማዘጋጀት

የመሪዎች አንዱ ዋነኛ ሥራ ችሎታዎቻቸውን፣ ልምዶቻቸውን እና እውቀታቸውን ለተከታዮቻቸው ማስተላለፍ ነው። ከውጤታማ መሪ መታወቂያዎች አንዱ ከእሱ የተሻለ ተተኪን ማፍራት መቻሉ ነው። መሪዎች ብቻ ሳይሆኑ እያንዳንዱ የድርጅትዎ አባል ወይም ሠራተኛ የሚከተሉትን ሦስት ነገሮችን በአንድ ጊዜ ማጣመር ይኖርባቸዋል። (1) የተመደቡበት የሥራ ዘርፍ የሚጠይቀውን ሙያም ሆነ ክህሎት በሚገባ ማሟላት፤ (2) ከታች ተተኪ ማሰልጠን፤ እና (3) ራሳቸውን ከላይ ላለው ኃላፊነት ማዘጋጀት።

2.1.7. ራስዎን ይወቁ

ለአርኪ ድርጅታዊ የሥራ አፈፃፀም የመሪው (የመሪዎቹ) የግል ጥንካሬ ወሳኝ ነው። መሪዎች የሚከተሉት አራት እሴቶች እንዳሏቸው ራሳቸውን ሊመረምሩ ይገባል - ሀቀኝነት፣ ያልተጋነነ ለራስ ያለ ግምት፣ በራስ መተማመን፣ እና ትህትና።

2.2. ምሰሶ II: ድርጅታዊ ባህል

ከላይ እንደተገለፀው አፈፃፀም የድርጅታዊ ባህል አካል ነው። የአፈፃፀም ድክመት የድርጅትዎ ባህል እንዳይሆን ጠንክሮ መሥራት ያስፈልጋል። የድርጅቱ ርዕይ፣ ተልዕኮ፣ ግቦች፣ እና እነዚህ ማስፈፀሚያ ስልቶች ተግባራዊ የሚሆኑት በድርጅታዊ ባህል ሲታገዙ ነው። ድርጅታዊ ባህል የሚዳብረው ደግሞ በሰበካ ሳይሆን በተግባራዊ ሥራዎች ነው።

ትኩረቶቻችን የሰዎችን የአሠራር ባህሪያትን በሚለውጡ፣ በሥልጠናና በሥራ ልምድ ሊዳብሩ በሚችሉ አመለካከቶችና እምነቶች ላይ ይሁን።

አመለካከትን መቀየር በተግባር ላይ ጉልህ አስተዋጽኦ እንዳለው በሰፊው የሚታወቅ ጉዳይ ነው። በበርካታ ጉዳዮች ላይ የጋራ አመለካከት እንዲኖረን ጤናማና የሞቀ ውይይት ማድረግ እጅግ አስፈላጊ ነው። ግልጽ፣ እውነተኛና ማዕቀብ ያልበዛበት ውይይት ሳይደረግ ድርጅታዊ የማስፈፀም ብቃትን ማሳደግ አይቻልም። እነዚህ ውይይቶች ከፕሮፖጋንዳና ከተዛቡ አስተያየቶች መንፃት አለባቸው። እያንዳንዱ ሰው

ለሌሎች ሀሳብ ለመስጠትም ከሌሎች ለመቀበልም ዝግጁ መሆን ይኖርበታል።

2.3. ምሰሶ 3: የሰው ኃይል አስተዳደር

አባላት (ወይም ሠራተኞች) የድርጅት ዋነኛ ሀብቶች ናቸው። የአባላት ችሎታዎችና ልምዶች ናቸው የድርጅቱን የማስፈፀም አቅም የሚገነቡት።

3. ሦስቱ ዋነኛ የአፈፃፀም ሂደቶች

ድርጅታዊ የሥራ አፈፃፀም በሦስት ዋና ዋና ሂደቶች - ሰው፣ ስትራቴጂ እና ኦፕሬሽን - ላይ የተመሠረተ ነው።

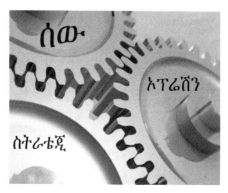

ሶዕል 4: ሦስቱ የአፈፃፀም ሂደቶች

ሦስቱ መነጣጠል የለባቸውም። የማሽን ጥርሶች አንዱ ሌላውን እንደሚያሽከረክሩ ሁሉ ሰው፣ ስትራቴጂና ኦፐሬሽን እርስ በርሳቸው የተሳሰሩ ናቸው። ወደ ግባችን የሚያደርሰን ጠንካራ ድርጅት እንዲኖረን ዓይኖቻችንን ከእነዚህ ማንሳት አይገባንም።

3.1. የአባላት(የሠራተኞች) አስተዳደር

"ስትራቴጂያችን የገባቸውና ኦፐሬሽኖችን ለማሳካት የቀረጡ አባላት (ሠራተኞች) አሉን ወይ?" የሚለው ጥያቄ ወሳኝ ነው።

የአባላት (የሠራተኞች) አስተዳደር በድርጅቱ ውስጥ ያለውን እውቀትና ችሎታዎች ማወቅ፣ መጠቀምና ማዳበር ይገባዋል። እነዚህ ነገሮች ሲፈጽም

- ሰውን ከስትራቴጂና ኦፐሬሽኖች ጋር ማገናኘት፤
- ተተኪ አመራሮችን መፍጠር፤
- የአፈፃፀም ድክመት ባሳዩ አባላት (ሠራተኞች) ላይ የሚወሰዱ እርጃዎች ላይ ግልጽ መመሪያ መኖሩ ማረጋገጥ፤ እና
- የሰው ኀይል አስተዳደርን ከውጤቶች ጋር ማገናኘት ይኖርበታል።

3.2. ስትራቴጂ

የድርጅት ስትራቴጂ ሰዎችን ከኦፐሬሽን ጋር ማገናኘት ይኖርበታል። ጥሩ ስትራቴጂያው እቅድ ስትራቴጂው ራሱ እንዴት ተግባራዊ እንደሚሆን የሚጠቁም መሆን ይኖርበታል። ስትራቴጂያዊ እቅድ የቁጥሮች ስብስብ ወይም የምኞቶች ዝርዝር ሳይሆን በሚቀጥሉት ጥቂት ዓመታት ውስጥ በሥራ ላይ የሚውሉ ተግባራት አፈፃፀም መመሪያ መሆን አለበት።

3.3. ኦፕሬሽን

ስትራቴጂ ወደፊት የምንሄድበት መንገድ ሲያሳየን ኦፕሬሽን ደግሞ ዛሬ እያደረግነው ያለውን መራመድ ይመለከታል። ኦፕሬሽን ስትራቴጂንና ሰውን ያቆራኛል። ዛሬ የምንሠራው ሥራ የስትራቴጂያችን አካል መሆኑ መረጋገጥ ይኖርበታል። ኦፕሬሽን የዓመት፣ የወራት፣ የሳምንታትና የእለት ሥራዎን ይመለከታል። የሰው ብቃትም ሆነ የስትራቴጂው ትክክለኝነት የሚለካው በኦፕሬሽን ነው።

4. ማጠቃለያ

በእቅድ መመራት በጣም ጥሩ ነገር ነው። የአቀድነው ተግባራዊ ማድረግ ደግሞ የተሻለ ነው። የአቀድነው ለመፈፀም ደግሞ የጥሩ መሪ ባህሪያትን መላበስ፤ ጠንካራ ድርጅታዊ ባህልን መገንባት እና ጠንካራ አባላት (ሠራተኞች) እና ጥሩ የአባላት (የሠራተኞች) አስተዳደር ሊኖሩን ይገባል። ከዚህ በተጨማሪ አባላቶቻችን (ሠራተኞቻችን)፣ ስትራቴጂያችንና የእለት ተእለት ተግባሮቻችን (ማለት ኦፕሬሽኖቻችን) የተያያዙና የተደጋገፉ መሆን ይኖርባቸዋል።

እነዚህን ነገሮች ማሟላት ከቻልን ያቀደውን ማስፈፀም የሚችል፤ አስተማማኝ ድርጅት ይኖረናል።

ምንጭ

Bossidy, L. & Charan, R. (2002). Execution: The discipline of getting things done. New York: Crown.

ምዕራፍ አሥራ ስምንት

ትብብር

1. መግቢያ

በየስብሰባው ትብብርን በተመለከተ አንጀትን የሚአራሩ ንግግሮችን ማድመጥ የተለመደ ነው። እነዚህ ንግግሮች ከማባባት አልፈው ውጤታማ የሆኑ ትብብሮችን በመፍጠር ረገድ ምን ያህል ረድተዋል ተብሎ ቢጠየቅ ግን የሚገኘው ምላሽ አንገት የሚያስደፋ ነው።

ይህ ለምን ሆነ? ስለትብብር በስሜት የሚወራውን ያህል በተግባር ለመተባበር ለምን አቃተን? "የመተባበር " ጥሪዎች ብዙዎች ተስፋ በሚያደርጉት መጠን የአድማጭ ጆሮ የማያገኙት ለምንድነው? ለመተባበር የተቸገርነው ለምንድነው? ምንስ ቢደረግ ይበጃል? በዚህ ረገድ የሲቪክ ማኅበራት ሚና ምን መሆን ይኖርበታል?

ይህ ምዕራፍ እነዚህን ጥያቄዎች ለመመለስ ይሞክራል።

2. ለምን እና ከማን ጋር ነው መተባበር ያለብን?

"እባካችሁን ለኢትዮጵያ ስትሉ ተባበሩ" ወይም ደግም "ለፈጣሪ ስትሉ ..." "ለታረዘውና ለተበደለው ሕዝብ ስትሉ ተባበሩ ..." የሚሉ ተማጽኖዎች

መስማት የተለመደ ነው። እንዲህ ዓይነት አባባሎች ልብን ያባባሉ፤ ውጤታማና ዘላቂ ትብብርን ግን አይፈጥሩም።

ይህ የሚያመለክተው ስለትብብር ብዙ የተባለ ቢሆንም ብዙ ያልተዋሃዱን ነገሮች እንዳሉ ነው። ይህ በመሆኑም ዛሬም ሳይሰለች ስለትብብር መነሳት ያለባቸው ጉዳዮች አሉ ።

ሁለት መሠረታዊ ጥያቄዎችን እናንሳ።

ጥያቄ አንድ፡ አንድ ግለሰብ ወይም ድርጅት ከሌላ ግለሰብ ወይም ድርጅት ጋር የሚተባበረው ለምንድነው?

ይኸ ጥያቄ ሁለት መልሶች አሉት።

መልስ አንድ፡ **ለገዛ ራሱ ጥቅም ሲል**

አንድ ግለሰብ ወይም ድርጅት ከሌላ ግለሰብ ወይም ድርጅት ተባብሮ ቢሠራ በግሉ ተራሩጦ ከሚያመጣው ጥቅም የተሻለ የሚያገኝ ከመሰለው በራሱ ተነሳሽነት ትብብር ውስጥ ይገባል። ለእንዲህ ዓይነቱ ትብብር ጥቅሙን ማሳየት እንጂ ምልጃና ቅስቀሳ አያስፈልገውም። የግል ጥቅም ራሱ ወደ ትብብር ይስበዋል ወይም ይገፋዋል።

ይህ በቢዝነስ ውስጥ እንደሚታየው ሸርክና ማንኛውም ጥቅሙን የሚያውቅ፤ የራሱን ጥቅም በትክክል ማስላት የሚችል ራስ ወዳድ (egoist) ግለሰብ (ወይም ድርጅት) ለጥቅም ሲል የሚያደርገው ትብብር ነው። ለእንዲህ ዓይነቱ ትብብር

ዓላማን ማወቅ እና ጥቅምና ጉዳትን ማስላት መቻል እንጂ ውስብስብ ባህርይ የሚፈልግ አይደለም።

የሚያሳዝነው በአገራችን ፓለቲካ ይህን ዓይነቱ ትብብር እንኳን በቅጡ ተግባራዊ ማድረግ አለመቻሉ ነው። ብዙዎች የፓለቲካና የሲቪክ ድርጅቶች ስለ ትብብር የሚሰብኩ ቢሆንም የቢስነስ ኮርፓሬሽኖች የደረሱበት የትብብር ደረጃ ላይ እንኳን አልደረሱም። ይህ በእጅጉ አሳሳቢ ጉዳይ ነው።

ለዚህ ችግር መፍትሔ ለመሻት ጥረት በሚደረግበት ወቅት "ለመሆኑ እነዚህ ድርጅቶች የሚፈልጉትን በትክክል ያውቃሉ ወይ? ከትብብር ስለሚያገኙት ጥቅምና ጉዳት በትክክል ያሰላሉ ወይ?" ተብሎ መጠየቅ አለበት።

መልስ ሁለት **ለሌሎች ጥቅም ሲል**

አንዳንድ ግለሰቦች ወይም ድርጅቶች ከራሳቸው የግል ጥቅም ይልቅ ለተባባሪዎቻቸው (partners) ወይም ለሌላ ሶስተኛ ወገን ጥቅም ሲሉ ትብብር ውስጥ ሊገቡ ይችላሉ። እነዚህ ድርጅቶች የሌሎች መጠቀም ጥቅማቸው ነው። እንዲህ አይነት ድርጅቶች የቆሙበት የሞራል መሠረት ጠንካራና ደልዳላ ነው። እንዲህ ዓይነት (altruist) ግለሰቦችና ድርጅቶችን ጥቂቶችም ቢሆኑም አሉ።

ከራሳቸው ይልቅ የሌሎችን ጥቅም የሚያስቀድሙ (alturist) ሰዎችንና ድርጅቶችን በሁለት እርከኖች መክፈል ይቻላል። በመጀመሪያው እርከን ላይ ያሉት ከራሳቸው ጥቅም ይልቅ ለሌላው ሰው ጥቅም ቅድሚያ ይሰጣሉ። በሁለተኛው እርከን ላይ ያሉት ደግሞ ለሶስተኛ ወገን ጥቅም ሲሉ የሚጎዳቸውን ትብብር ውስጥም ቢሆን ይገባሉ። እንዲህ ዓይነት ሰዎችና ድርጅቶች ናቸው ትብብርን በክብር ሰገነት ላይ የሚያስቀምጡ።

"እኔ የቆምኩት ለተበደለ ሕዝብ ነፃነት ነው፤ እኔ ዋጋ ከፍዬ ሕዝብ ነፃነት ያግኝ" የሚሉ ድርጅቶች እጥረት ያለብን አይመስለኝም። ሆኖም ግን አንድ ኢትዮጵያዊ ምሁር በአንድ ወቅት እንደተናገሩት ሰምና ወርቅ በበዛበት አገር ውስጥ ስለምንኖር "እንተባበር" እያሉ ያሉት የምር ከልባቸው ይሁን አይሁን መለየት ያዳግታል።

ጥያቄ ሁለት: ትብብር መደረግ ያለበት ከማን ጋር ነው?

አንዳንድ ሰዎች ትብብር መደረግ የሚኖርበት ከወዳጅ ጋር ብቻ መሆን እንዳለበት ይከራከራሉ። እንዲያውም ከወታደራዊ ሣይንስ ጋር የተያያዘ በሚመስል ሁኔታ "ትብብር የኀይል አሰላለፍን አስቀድሞ ማየት አለበት" የሚል ክርክር ያቀርባሉ።

ትብብሩን የምንፈልገው "የኛ" የምንለውን ወገን አጠናክረን "እነሱ" የሚባለውን ወገን ለመግጠም ከሆነ ክርክሩ ያስኬዳል። ትብብሩ የሚያስፈልገው ማኅበራዊ መግባባትን ለማግኘት ከሆነ ግን ከመነሻው ማሸነፍና መሸነፍን እያሰቡ ማኅበራዊ መግባባትን የሚያጎለብት ትብብር መፍጠር የሚቻል ነገር አይደለም።

"ከሚመስሉን ጋር ብቻ የመተባበር" መርህ በትብብር ስነ አመክኖ (ሎጂክ) የሚደገፍ አይደለም። "ወዳጅነት ሳይኖር" ስለሚደረጉ የትብብር ዓይነቶች የተደረጉ ሰፊ ጥናቶች አሉ። እነዚህ ጥናቶች እንደሚያመለክቱት ወዳጅነት ሳይኖር የሚደረጉ ትብብሮች እጅግ ከፍተኛ ጠቀሜታ አላቸው። አንዳንዶቹም በወዳጆች መካከል ከሚደረጉ ትብብሮች በላይ ዘላቂ ናቸው።

በተለይም ከትብብር የተፈለገው በግል መሥራት ያልተቻለውን ነገሮች በጋራ ለመፈፀም (ማለትም ሲነርጂ ለመፍጠር)፤ ሥራዎቻችን በስፋት ለማከናወን (economy of scale) እና/ወይም ብዙ የተለያዩ ነገሮችን በአንድ ጊዜ ለማከናወን (economy of scope) ለማግኘት ከሆነ ትብብር ማድረግ የሚኖርብን እኛ የሌለን ነገር ካለው አካል ጋር መሆን ይኖርበታል። እኛ የሌለንን ያለው ደግሞ እኛን የማይመስል አካል ነው[8]።

3. ለምንድነው መተባበር አስቸጋሪ የሆነው?

ትብብር ጥቅሙ የጎላ መሆኑ ቢታወቅም መተባበር ግን ቀላል ነገር አይደለም። ከመተባበር መፎካከርና መጣላለፍ ይቀላል። መተባበር ቀላል ያልሆኑባቸው ምክንያቶችን ማወቅ ከዚህ በፊት ተጀምረው የነበሩ ትብብሮች ለምን እንዳልዘለቁ ለመገንዘብና ለወደፊቱ ደግሞ መፍትሔ ለመፈለግ ይረዳል።

ለትብብር አስቸጋሪነት አራት ዋና ዋና ምክንያቶች።

3.1. ትብብር ዋስትናን ይፈልጋል

ከትብብር በኋላ የተደራዳሪ ወገኖች ባህሪይ እንደሚጠበቀው እንደሚሆን እያንዳንዱ ተደራዳሪ የተወሰነ ዋስትና (assurance) ይፈልጋል። ውይይት

---

8 ለምሳሌ: በትብብር ጥናቶች ላይ ስሙ የሚታወቀው ሮበርት አሌክስሮድ ሰፊ የምርምር ጊዜና ትኩረት የሰጠው “ወዳጅነት ሳይኖር ስለሚደረጉ የትብብር ዓይነቶች” ነው። እሱ cooperation without friendship ይላቸዋል። The Evolution of Cooperation የተሰኘው መጽሃፉ ባብዛኛው ያተኮረው በእንደዚህ ዓይነት ትብብሮች ላይ ነው።

ማድረግ የሚጠቅመው ይህንን ዋስትና ለመፍጠር ነው። በውይይቶች ሳቢያ በሚፈጠር መተማመን ሳቢያ ዋስትና መፍጠር ይቻል ይሆናል። አንዳንዱ የትብብር አጀንዳ ግን ከውይይት በሚነሳ መተማመን ዋስትና አያገኝም። በእንደዚህ ዓይነት ጊዜ ውይይቱን ቀንሶ አስተባባሪ ወይም አስፈፃሚ መሰየም ይሻላል።

ቀላል ምሳሌ ለመውሰድ “መኪና በግራ በኩል ይነዳ ወይስ በቀኝ?” የሚለው ጥያቄ በውይይት ይወሰን ቢባል መቸም ቢሆን ስምምነት ላይ ላይደረስ ይችላል። በማይጠቅም ክርክር ጊዜ ከማጥፋት ይልቅ ከሁለቱን አንዱን መርጦ የሚያስፈጸም አካል መመደብ ተመራጭ ነው።

በአንክሮ ላስተዋለ ሰው እርስ በእርሳችንን የሚያሻክሩ ጥያቄዎች ልክ እንደላይኛው ምሳሌ ቀላል ምላሽ ሊሰጥባቸው የሚችሉ ናቸው። ለምሳሌ የፌደራል አከላለል ቋንቋን መሠረት ያድርግ ወይስ የአስተዳደር ምቹነት? በአፍ መፍቻ ቋንቋችን እንማር ወይስ በጋራ ቋንቋ? እነዚህንና እነዚህን በመሳሰሉ ጉዳዮች በመከራከር ጊዜ ማጥፋት ትብብርን ከመጉዳት በስተቀር የሚጠቅም ነገር የለውም። ምክንያቱም ለዓመታት ተከራክረን የሚያረካ ምላሽ ላይገኝ ይችላል።

የአስተማማኝ ዋስትና እና የአስተባባሪ እጦት ትብብሮች ወደፊት እንዳይራመዱ እንቅፋት ሆኖ ቆይቷል። አስተባባሪነት የሲቪክ ማኅበራት ግንባር ቀደም ሚና መሆኑን ልብ ማለት ያስፈልጋል።

3.2. መጥፎ እልህ

ትብብርን አስቸጋሪ ከሚያደርጉት ነገሮች ምናልባትም ዋነኛው መጥፎ እልህ ውስጥ መግባት ነው። "የፉክክር ቤት ሳይዘጋ ያድራል" የሚለው አባባል ምን ያህል እውነት እንደሆነ የአገራችን ፓለቲካ ጥሩ ማረጋገጫ ነው። መጥፎ እልህና ፉክክር ትግላችን በጠበቅነው ፍጥነት ፍሬዓማ እንዳይሆን አድርጎታል። የሀገራችን ፓለቲካ Chicken Games በሚባለው የእልህ አጣብቂኝ ውስጥ ደጋግሞ የሚዘፈቅበት ምክንያት መጠናት ይኖርበታል።

በሃዲስ ዓለማየሁ "ፍቅር እስከ መቃብር" ያለ አንድ ቁራጭ ታሪክ እልህ እንደምን ያለ አጣበቂኝ ውስጥ እንደሚያስገባ እና መፍትሔ የሚገኝበትንም መንገድ ይጠቁማል።

ታሪኩ ባጭሩ የሚከተለው ነው። ፊታውራሪ አሰጌ ሰብለወንጌልን ለጋብቻ ጠይቀው እሺታን ካገኙ በኋላ "በወዳጅ ስም በከበቧቸው አጋንንት መሰሪዎች ምክር" ውላቸውን ሰረዙ። ይህ ደግሞ ለፊታውራሪ መሸሻ ውርደት ሆነና በፍልሚያ ይዋጣልን አሉ። ፊታውራሪ መሸሻ ፍልሚያውን ፈርተውታል፤ ግን አንዴ ካፉቸው ወጥቷልና የማይመልሱት ነገር ሆነ። ለፊታውራሪ አሰጌ ደግሞ በእድሜ የገፉትን ፊታውራሪ መሸሻን አሸንፎ መግደል ውርደት ነው፤ በፊታውራሪ መሸሻ እጅ መሞትም ውርደት ነው። ሆኖም ግን ፍልሚያዉን ማስቀረት አልቻሉም። በፊታውራሪ መሸሻ እልህና ግትረኝነት ሁለቱም ከገቡበት አጣብቂኝ መውጣት አቅቷቸው ለፍልሚያው ተሰለፉ። ቀን ተቆረጠ፤ መሣሪያ ተመረጠ፤ ዳኛ ተሰየመ። ቀኑ ደርሶ ፍልሚያው ሊጀመር ሲል ያልታሰበ ነገር ተፈፀመ። ቅዱስ ጊዮርጊስ የዲማና የቢቸና ደብሮቹን ዘግቶ በእለተ ሰንበቱ ቅዳሴውን አስተጓጉሎ በካህናቱና በምዕመናን ታጅቦ እፍልሚያው ሜዳ መጣ። ጊዮርጊስ መከፋቱን እና ለእርቅ ሲል ደብሮቹን ዘግቶ መንከራተቱን ባዩና

በካህናቱ በተነገራቸው ጊዜ ፊታውራሪ መሸሻ እመሬት ተደፍተው ጊዮርጊስ ይቅርታ ጠይቁ። ከፊታውራሪ አሰጌ ጋር ይቅር ተባብለው ታቦታቱን አጅበው ተመለሱ። በኋላ በታሪኩ ውስጥ እንደምናውቀው ይህን ዘዴ የዘየዱት ቀኛዝማች አካሉ ናቸው።

በፍቅር እስከ መቃብር፣ የጊዮርጊስ ታቦት የሚከበር እና ገለልተኛ የሆነ ዳኛ ሆኖ ጥፋትን ታድጓል። በዛሬዋ ኢትዮጵያ ግን የጋራ የሆነ አንድም የሚከበር ተቋም የለም። የኢትዮጵያ ፓለቲካ የተዓማኒን እና ገለልተኛ ተቋማት ድርቅ ከመታው ቆይቷል። የፓለቲካም ሆነ የሲቪክ ድርጅቶች የእርስ በእርስ እልህ ውስጥ ሲገቡ የሚገስፃቸው፣ የሚዳኛቸው ገለልተኛ አካል ስለሌለ የግለሰቦች መኮራረፍ የድርጅቶች መኮራረፍ ከዚያም አልፎ የማኅበረሰቦች መኮራረፍ ሆኖ ይቀጥላል። እንደ ፍቅር እስከ መቃብሩ ቀኛዝማች አካሉ የተፋላሚዎችን ስሜትና ክብር ሳይነኩ መፍትሔ የሚሹ ብልሆች መጥፋታቸውም ሌላው ትልቅ ጉዳት ነው። ይህንን ክፍተት ሊሞሉልን ይገባቸው የነበሩት ሲቪል ማኅበራት ናቸው፤ ግና እነሱ ራሳቸው እንደ ተቋም መቆም አልቻሉም።

3.3. የመተማመን እጥረት

የኅብረት ሥራዎች ትልቁ ችግር አብረው ለመቆም በተስማሙ አባላትና አካላት መካከል ያለው የመተማመን ደረጃ ለኅብረቱ ፍሬያማ ውጤት ወሳኝ የመሆኑ ክፋት ነው። በገበያ (በኢኮኖሚ) ጉዳይ ሲሆን እየተጠራጠሩም ቢሆን መተባበር ይቻላል። በፓለቲካ ውስጥ ግን ሳይተማመኑ ለመተባበር ያለው እድል ጠባብ ነው። “ያዛልቀኝ ይሆን?” ወይስ “ይከደኝ ይሆን?” የሚለው ጥርጣሬ በጋራ ሥራ ላይ ጊዜ፣ እውቀትና ሀብት ላለማፍሰስ ሰበብ ሊሆን ይችላል። የመተማመንን እጥረት ለማስወገድ የሚረዳ አስተማማኝ መፍትሔ ባይኖርም የሚከተሉት ነጥቦች ጠቃሚ ናቸው ተብሎ ይገመታል።

1. በተቻለ መጠን ሁሉም ተሳታፊዎች የኅብረቱ ተጠቃሚዎች ማድረግ፤
2. ለአባል ግለሰቦችም ሆነ ድርጅቶች ስምና ክብር ከፍ ያለ ዋጋ መስጠት (ግለሰቦችም ተቋማትም የገነቡትን መልካም ስምና ዝና /reputation/ እንዳያጡ መጣር)፤
3. ስምምነቶች ሁሉ በተቻለ መጠን ግልጽና በጽሁፍ እንዲሆኑ ማድረግ፤
4. መሪዎችን ውል የማፍረስ አቅም ማሳጣት። ውል በቀላሉ እንዳይፈርስ በመተዳደሪያ ደንብ ማጥበቅ፤ እና
5. ትብብርን በትናንንሽና ለማስፈጸም ቀላል በሆኑ ጉዳዮች ጀምሮ ደረጃ በደረጃ ማሳደግ።

3.4. የነፃ ተሳፋሪዎች (Free riders) መብዛት

ከትብብር የጋራ ጥቅም ቢገኝም በግል የሚያመጣው ጉዳትም አለ። እያንዳንዱ ተሳታፊ ከጋራ ጥቅም ለመጠቀም፤ ከግል ጉዳት ደግሞ ለመሸሽ ቢጥር የሚገርም ሊሆን አይገባም። ይህ የተለመደ የሰው ልጅ ባህርይ ነው። እያንዳንዱ ሰው ጥቅምና ጉዳቱን ማመዛዘኑ ተፈጥሯዊ ነው። እያንዳንዱ "ጭምት" ነኝ ባይ ራሱን ከድካም እያሸሸ ከተገኘው ውጤት ለመካፈል ግን ቀድሞ ተሰላፊ ይሆናል። "ኅብረት ሲፈጠር የሥራውን ጫና እኩል፤ ያም ባይሆን ፍትሃዊ በሆነ መንገድ መከፋፈል ይቻላል ወይ?" የሚለው ስጋት የትብብርን መንፈስ በእጅጉ ሊጎዳ ይችላል።

ይህ ችግር ውብስብስ በመሆኑ ቀላል መፍትሔ የለውም። ይህንን ምድራዊ ፈተናን መቋቋም የሚቻለው ትብብርን ከራስ ድርጅታዊ ጥቅም በላይ ለሆነ ነገር ሲፈለግ ብቻ ናቸው።

*

የመተባበር ችግር እኛ ኢትዮጵያዊያን ዘንድ ይከፋ ይሆን ይሆናል እንጂ የትም አገር ያለ ችግር ነው። የአደጉ አገሮችን አሁን የሚገኙበት የትብብር ደረጃ ላይ ከመድረሳቸው በፊት አስከፊ የእርስ በርስ ግጭቶችን አሳልፈዋል። ስለሆነም ለመተባበር የሚደረጉ ጥረቶች የታሰበውን ያህል ባለመሳካታቸው ተስፋ ሊያስቆርጥ አይገባም። የተሳካ ትብብር ትዕግሥትን ይጠይቃል። ከዚህም በላይ የተሳካ ትብብር ለመፈፀም ከድርጅታዊ ጥቅም ባሻገር ለሌሎች ሰዎችና ድርጅቶች ጥቅም መጨነቅን፤ አንዳንዴም ሌሎች እንዲጠቀሙ መጎዳትን ይጠይቃል።

***

ለተጨማሪ መረጃ

Axelrod, Robert, (1984). The Evolution of Cooperation; Basic Books, Inc.,

Taylor, Michael (1987). The possibility of cooperation; Cambridge Universit

ምዕራፍ አሥራ ዘጠኝ

ማኅበራዊ ካፒታል

1. ትርጉም

1.1. ካፒታል

ካፒታል፣ "ሀብትን" እና "ተጨማሪ ሀብት የማፍራት ችሎታን" ያስተሳሰረ ጽንሰ ሀሳብ ነው።

አንድ ግዑዝ ንብረት ራሱ ሀብት ከመሆኑ በተጨማሪ ሌላ ሀብት ለማፍራት መዋል የሚችል ከሆነ ካፒታል ነው። ጥሬ ገንዘብ፣ የይዞታ ማረጋገጫ ያለው የከተማ ቤት እና የባለንብረትነት መታወቂያ ያለው መኪና ለዚህ ጥሩ ምሳሌዎች ሊሆኑ ይችላሉ። ግዑዝ ያልሆነ ንብረትም እንደዚሁ ተሸጦ፣ ተለውጦ፣ ከሌሎች ግብዓቶች ጋር ተቀናጅቶ ተጨማሪ ሀብት ማፍራት የሚችል ከሆነ ካፒታል ነው። እውቀት፣ ችሎታ፣ መልካም ዝና ለዚህ በምሳሌነት ሊጠቀሱ ይችላሉ። አንድ ሰው መኪና የመንዳት ችሎታ ካለው ይህን ችሎታውን ተጠቅሞ አዲስ ሀብት መፍጠር ይችላል።

ማንኛውም ንብረት (ተዳሳሽ ይሁንም አይሁን) ካፒታል እንዲሆን ማኅበራዊ ዋስትና ሊኖረው ይገባል። ንብረት ካፒታል እንዲሆን የባለንብረትነት ማረጋገጫ ይፈልጋል። የከተማ ቤት ኖሮ የባለንብረትነት ማረጋገጫ ከሌለ መሸጥ፣ መለወጥ ወይም በመያዣነት ማስያዝ አይቻልም። የመኪና መንዳት ችሎታ ኖሮ

የመኪና መንዳት ፈቃድ የሌለው ሰው ችሎታውን መሸጥ አይችልም። ማኀበራዊ እውቅና ያልተሰጠው መልካም ባህሪ ለእድር ዳኝነት አያስመርጥም።

አንድ ግዑዝ ንብረት አገልግሎት ላይ ከመዋሉ በተጨማሪ አዲስ ሀብት ለማፍራት አስተዋጽዖ የማያደርግ ከሆነ “ሙት ካፒታል” ነው። ለምሳሌ መሸጥ፣ መለወጥ፣ ማስተላለፍ፣ በመያዣነት ተጠቅሞ ገንዘብ መበደር ወይም ለንግድ አገልግሎት መጠቀም የማያስችል መኖሪያ ቤት ሙት ካፒታል ነው። ቤቱ አርጅቶ እስኪወድቅ ድረስ በመኖሪያነት ያገለግላል እንጂ አዲስ ተጨማሪ ሀብት ለማፍራት በካፒታልነት የሚሰጠው አስተዋጽዖ የለም።

በድህ አገራት ያሉ ድሆች ንብረት የላቸውም። የሚያሳዝነው ያለቻቸው ትንሿም ንብረት ሙት ካፒታል መሆኑ ነው። የኢትዮጵያ ገበሬ ጎጆ ለምሳሌ በምንም ዓይነት መንገድ ተጨማሪ እሴት ማፍራት የማይችል ሙት ካፒታል ነው። ገበሬው ጎጆውን አሲዞ መበደር አይችልም። የገበሬ ቤት አይከራይም። በአጠቃላይ “የገበሬ ቤት ገበያ” የለም። ሆኖም ግን ቤትና ግቢ ለገበሬው ትልቁ ሀብቱ፤ የማንነቱ መገለጫም ጭምር ናቸው። ምዝገባና የንብረት ባለቤትነት መታወቂያ የሌላቸው የከተማ ቤቶችም በተመሳሳይ መንገድ ሙት ካፒታል ናቸው። “መሬት አይሸጥም፤ አይለወጥም” የሚለው ፖሊሲ የገጠሩን መሬት ካፒታልነት ገድሎታል።

1.2. ማኀበራዊ ካፒታል

ማኀበራዊ ካፒታል የሰዎች አብሮ የመሥራት ችሎታ ነው ተብሎ በአጭሩ ሊተረጎም ይችላል፡፡

ማኅበራዊ ካፒታል በማኅበረሰቡ አባላት መካከል ያለው መተማመንን፤ ዜጎች በተቋማት ላይ ያላቸው እምነትን፤ ማኅበራዊ ጉልበትን (social energy)፣ ማኅበራዊ ክብር (civic virtue)፣ ማኅበራዊ ስነልቦናን (community spirit)፣ ማኅበራዊ ትስስሮችን (social bonds)፣ ማኅበራዊ ሕይወትን (community life)፣ መልካም ጉርብትናን (good neighbourliness)፣ ማኅበራዊ ክለላን (social care)፣ አድማሱን ያሰፋ የጓደኝነት ስሜት (extended friendships) እና የመሳሰሉትን ሁሉ ይመለከታል፡፡

ማኅበራዊ ካፒታል የተለያዩ ቡድኖች ተዋደው፣ ተቻችለው፣ ተደጋግፈው እንዲኖሩ የሚያደርግ የአንድ ማኅበረሰብ ሙጫ ነው። የአንድ ግለሰብ ትምህርት፣ ሙያ፣ ክህሎት፣ ዝናው የማይዳሰሱ ሀብቱ (intangible assets) እንደሆኑ ሁሉ ማኅበራዊ ካፒታል የአንድ ማኅበረሰብ ተዳሳሽ ያልሆኑ ሀብቶች ናቸው።

በነፃ ማኅበረሰብ ውስጥ ሙያ፣ ክህሎት ወይም መልካም ስም የሌለው ሰው ሀብት የማፍራት እድሉ ዝቅተኛ እንደሆነ ሁሉ የዳበረ ማኅበራዊ ካፒታል የሌለው ማኅበረሰብም ድሃና የማደግ ተስፋውም የቀጨጨ ነው። ማኅበራዊ ካፒታል ተጨማሪ ሀብት ለማፍራት የሚያስችል ሕይወት ያለው ካፒታል ነው።

የአገሮች እድገት መጠን ከሚወስኑ ነገሮች ዋነኛው ማኅበራዊ ካፒታል - በተለይም መተማመን - ነዉ። መተማመን ባለበት ማኅበረሰብ ውስጥ ችግር ቢደርስ እንኳን ተጋግዞ መፍትሔ ይፈለጋል። መተማመን በሌለበት ማኅበረሰብ ግን መተጋገዝ፣ መተባበር አይኖርም፤ ጉልበት የሚጠፋው በመነቃቀፍና በመወነጃጀል ይሆናል፡፡ ማኅበራዊ ካፒታልን ማውደም ግዑዝ ካፒታል (ለምሳሌ ድልድይን) ከማፍረስ እጅግ የባሰ ጉዳት ያስከትላል፡፡

ማኅበራዊ ካፒታል (መተማመን፣ መልካም ሥነምግባር እና ኔትዎርኮች) በተጠቀምናቸው መጠን በማለቅ ፋንታ ይፋፋሉ። በአፃሩም ጥርጣሬና ከፋትም እንደዚሁ በሥራ ላይ በዋሉ መጠን ይፋፋሉ።

2. መተማመን

መተማመን ዋነኛው የማኅበራዊ ካፒታል አካል ነው። ምንም ዓይነት መተማመን በሌለበት ተራ የጉልት ንግድ እንኳን ማካሄድ አይቻልም። መተማመን እንዲኖር ጊዜዓዊ ጥቅምንና አድርባይነትን የሚቀጣ ማኅበራዊ ሥርዓት ሊኖር ይገባል። መተማመን እንዲዳብር ታማኝነት የሚሸለምበት ሥርዓት መገንባት ይገባል።

መተማመን በሌለበት ውሎች፣ ስምምነቶችና ህጎች ሥራ ላይ አይውሉም። መተማመን በሌለበት ጉልበተኞች ደካሞችን የሚያጠቁበት፤ "ህገ-አራዊት" ገዥ ህግ የሆነበት ሥርዓት ይፋፋል።

መተማመን የኅብረት ሥራን ያሳልጣል። የኅብረት ሥራ ደግሞ በተራው መተማመንን ያጎለብታል።

"ደግ ለዋለልኝ ደግ እውላለሁ" "ለአመነኝ እታመናለሁ" "ሊሰማኝ ለፈቀደ፤ እሱንም እሰማዋለሁ" እንደሚባለው ውለታ (respriosity) መተማመንን ለማጎልበት ያለው ችሎታ ከፍተኛ ነው።

በግለሰቦች መካከል ያለ መተማመንን ወደ ማኅበራዊ መተማመን ለማሳደግ ሁለት ነገሮች ያስፈልጋሉ።

1. የውለታ ባህል (norms of reciprocity)፣ እና
2. የሲቪክ ሥራዎች መረብ (networks of civic engagements)

የውለታ ዓይነቶች ሁለት ናቸው:: የመጀመሪያውና ቀላሉ **የተመጣጠነ (የተረጋገጠ) ውለታ** የሚባለው ነው። የተመጣጠነ ውለታ ደግ ለሰራልን ሰው ደግ ውለታን መመለስን ይመለከታል። ለምሳሌ ጫልቱ ደግ ውላልኝ ከሆነ እኔም ለጫልቱ ደግ ነገር በማድረግ ውለታ ስመልስ የተመጣጠነ ውለታ ይባላል።

ሁለተኛው **አጠቃላይ ውለታ** የሚባለው ነው። "ለኔ ደግ ተሠርቶልኛልኛ እኔም ለሰዎች ደግ ልሥራ" ማለት አጠቃላይ ውለታ ነው። የላይኛውን ምሳሌ ለመጠቀም "ጫልቱ ደግ ስለሠራችልኝ እኔ እዚህ ደርሻለሁ። እኔም ለሌሎች ሰዎች ደግ በመሥራት ውለታዋን እመልሳለሁ" ማለት አጠቃላይ ውለታ ነው። አጠቃላይ ውለታ የተወሰነ ሰውን አይመለከትም። "ያስተማረን ወገን እዳ አለብን" የሚለው አባባል የአጠቃላይ ውለታ ስሜት ነው። ለማን ባለእዳ እንደሆን በስም ላናውቀው እንችላለን፤ ውለታውን የምንከፍለውን በስም እንኳን ለማናውቃቸው ሰዎች ደግ በመሥራት ነው።

አጠቃላይ ውለታ በግለኝነት እና ራስን ለሰዎች በመስጠት (egoism & atruism) መካከል ያለዉን ተቃርኖ ያለዝባል:: አጠቃላይ ውለታ የአጭር ጊዜን በጎ ሥራን ወደ ረዥም ጊዜ የጋራ ጥቅም ያሳድጋል።

3. ሲቪክ ማኅበራት

አጠቃላይ ዉለታ ባህል እንዲሆን የሚረዱ ሲቪክ ማኅበራዊ ተቋማት ናቸው። በሁሉም ማኅበረሰብ ውስጥ ተመሳሳይ ፍላጎት ወይም አስተሳሰብ የሚያስባስባቸው ሰዎች የሚገናኙባቸው ስብስቦች አሉ። የስፓርት ቡድኖች፣ የሃይማኖት ማኅበራት፣ የጉርብትና ማኅበራት፣ የፓለቲካ ማኅበራት ለዚህ ምሳሌዎች ናቸው። በገጠሩ የአገራችን ክፍሎች እድሮች፣ እቁቦች፣ ተርቲቦች፣ የጽዋ ማኅበሮች፣ ደቦዎችን በምሳሌነት መጥቀስ ይቻላል።

ለረዥም ጊዜ የዘለቀ የመደጋገፍ መስተጋብር መኖሩ ለአጠቃላይ ውለታ መዳበር መንገድ ይከፍታል። ከዚህም በተጨማሪ አንዳንድ ማኅበራዊ ኔትዎርኮች አለመተማመንን በከፍተኛ ሁኔታ ለመቀነስ በምትኩ ደግሞ መተማመንን ለማበልጸግ ያገለግላሉ።

ለሐዘንም ይሁን ለደስታ፣ ወይም ሙያን ለማዳበር፣ ወይም አብሮ ለመፀለይ ወይም ደግሞ ቡና ለመጠጣት ስንል አውቀንም ሆነ ሳናውቅ ማኅበራትን እንፈጥራለን። እንደነዚህ ዓይነቶቹን ከቤተሰብ ድንበር የዘለሉ፤ ከመንግሥት ቀጥታ ቁጥጥር ዉጭ የሆኑ እና የኢኮኖሚው መዋቅር አካል ያልሆኑ ሆኖም ግን የአባላትን ወይም የማኅበረሰብን የጋራ ችግር ለመቅረፍ ወይም የጋራ ደስታን ለመፍጠር የሚቋቋሙ ማኅበራት "ሲቪል ማኅበራት" ብለን የምንጠራቸዉ።፡

ሲቪል ማኅበራት (Civil Society) ሰዎች በራሳቸዉ ፈቃድ፤ ሳይገደዱ፣ ለጋራ ፍላጎቶቻቸዉ፣ ጥቅሞቻቸው እና እሴቶቻቸው መሟላት የሚከውኗቸውን የጋራ ተግባራት ለማስተባበር አውቀውም ሆነ ሳያውቁ የሚፈጥሯቸውን አደረጃጀቶችን ሁሉ ይመለከታል። የእነዚህ ማኅበራት ጥንቅር ደግሞ ሲቪል

ማኅበረሰብን ይፈጥራል። ሲቪል ማኅበረሰብ ከቤተሰብ፣ ከመንግስት እና ከገበያ (በሌላ አነጋገር ከቤተሰብ፣ ከፖለቲካና ከኢኮኖሚው መዋቅሮች) የሚለይ ቢሆንም ከሁሉም ጋር ትስስር አለው፡፡ መንግሥታዊ ያልሆኑ የልማት ድርጅቶችን፣ የማኅበረሰብ ስብስቦችን (community groups) የወጣቶች፣ የሴቶች፣ የሙያ፣ የእምነት ማኅበራትን፣ ራስ-አገዝ ድርጅቶችን፣ የአድቮከሲ ቡድኖችን፣ የነፃ ሚዲያ አካላትንና ማኅበራዊ ንቅናቄዎችን በሲቪል ማኅበራት ምሳሌነት መጥቀስ ይቻላል፡፡

አንድ ማኅበር ነፃነቱ በመንግሥት ከተነጠቀ ሲቪልነቱ ይቀራል፡፡

ከመንግሥትና በቢዝነስ ቀጥታ ቁጥጥር ውጭ ከሆኑ ማኅበራት ውስጥ በማኅበረሰቡ ተቀባይነት ያለው ሥነምግባር የሚያራምዱ ሲቪል ማኅበራትን “ሲቪክ ማኅበራት” ብለን ልንጠራቸው እንችላለን።

ሲቪክ ማኅበራት ከተቋቋሙበት ዓላማ በተጨማሪ ለማኅበረሰቡ የሚያበረክቱት ትልቅ አስተዎፅዖ አለ። ይህም ማኅበራዊ ካፒታልን /social capital/ መፍጠር እና/ወይም ማጎልበት ነው።

በአንድ ማኅበረሰብ ውስጥ ያለው የመቻቻል፣ የመግባባት እና የመተማመን መጠን ከሚወስኑት ነገሮች ዋነኛው የሲቪክ ማኅበራት ብዛትና የግኑኝነታቸው ጥንካሬ ነው።

ሲቪክ ማኅበራት ባልዳበሩት አገር ውስጥ የሚኖረው መተጋገዝና መተባበር አነስተኛ በመሆኑ ያለ መንግሥት ርዳታ ራስን ችሎ ማደግ ያዳግታል።

ሲቪክ ማኅበራት ለኢኮኖሚ እድገት ከሚያደርጉ በተጨማሪ ለሰብዓዊና ፖለቲካዊ መብቶች መከበር የሚያደርጉት አስተዋጽዖም ከፍተኛ ነው።

በሲቪል እንቅስቃሴዎች አማካይነት ታላላቅ የነፃነት ትግሎች መደረጋቸው ታሪክ ይመሰክራል። በብዙ አገሮች የባሮች፣ የጥቁሮች፣ የሴቶች፣ የሠራተኞች ... አሁን አሁን ደግሞ የህፃናትን፣ የአካል ጉዳተኞችን፣ የአናሳ ዘውጌ ማኅበረሰቦችን .. መብቶች ለማስከበር ሲቪክ ማኅበራት ከፖለቲካ ፓርቲዎች ያልተናነሰ አንዳንዴም የተሻለ ውጤት አምጥተዋል፡፡

በአንዳንድ አገሮች ሲቪክ እንቅስቃሴዎች የፖለቲካ ሥርዓት ለውጥ አምጥተዋል። ምሥራቅ አውሮፓ በተለይም ደግሞ ፓላንድና ቼክ ሪፑብሊክ የቅርብ ጊዜ ምሳሌዎች ናቸዉ፡፡ አፍሪካም ውስጥ ጋና እና ኬኒያ በአርዓያነት ሊጠቀሱ ይችላሉ። ሰሜን አሜሪካና መካከለኛው ምሥራቅን ከመሠረቱ እየቀየረው ያለው ሕዝባዊ ማዕበልም በአብዛኛው የሲቪል ማኅበራት የሥራ ውጤት ነው።

በየትም አገር አምባገነን መንግሥታት አስቀድመው ከሚዘምቱባቸው ተቋማት ግንባር ቀደሞቹ ሲቪክ ማኅበራት ናቸው። አምባገነኖች፣ የተማሪዎች፣ የመምራን፣ የሠራተኞች፣ የነጋዴዎች፣ የወጣቶች፣ የሴቶች፣ የሙያ ማኅበራትን አፍርሰው በራሳቸው አምሳል ይገነቧቸዋል። እነዚህ ማኅበራት በአምባገነን መንግሥቱ ከተጠለፉ በኋላ ሲቪክ ቀርቶ ሲቪል ማኅበራት መሆናቸው እንኳን ይቀራል። ሥራቸውም አምባገነንነት ማንገሥ ይሆናል። አገራችንም ውስጥ የሆነው ይኸው ነው።

***

ለተጨማሪ መረጃ

De Soto, Hernando, (2000). The Mystery of Capita: Why Capitalism Triumphs in the West and Fails Everywhere Else, Basic Books

Fukuyama, Francis (1995). Trust: The Social Virtues and the creation of Prosperity. Free Press,

Gert Tinggaard Svendsen & Gunnar Lind Haase Svendsen (ed) (2009)
Handbook of Social Capital: The Troika of Sociology,
Political Science and Economics. Edward Elgar

North, Douglass C. (1990). Institutions, Institutional Change and Economic
Performance; Cambridge University Press

Putnam, Robert D. (1993). Making Democracy Work: Civic Traditions in
Modern Italy; Princeton University Press, 1993

Viva Ona Bartkus (ed). (2009). Social Capital: Reaching Out, Reaching In.
Edward Elgar

225

ውድ አንባብያን ስለዚህ መጽሃፍ ያላችሁን አስተያየት

በሚቀጥለው አድራሻ ልትጽፉልኝ ትችላላችሁ።

ኢሜይል: **tkersmo@gmail.com**

ነጻነት አሳታሚ ድርጅት

Netsanet Publishing Agency

www.npabooks.com